சோ. தர்மனின் இயற்பெயர் சோ. தர்மராஜ் (1953). இவரின் புனைவுலகம் அடித்தள மக்களைச் சார்ந்தது. ஆனால் கழிவிரக்கமோ அரசியல் சீற்றமோ அற்றது. இந்தத் தனித்தன்மையே அவரை முக்கியமான படைப்பாளியாக ஆக்குகிறது. *வெளவால் தேசம், பதிமூனாவது மையவாடி, தூர்வை, கூகை, சூல்* என ஐந்து நாவல்களும், *நீர்ப்பழி* (முதல் 68 கதைகள்), *அன்பின் சிப்பி* ஆகிய சிறுகதைத் தொகுப்புகளும், ஓர் ஆய்வு நூலும் இதுவரை வெளிவந்துள்ளன. *சூல்* நாவல் சாகித்ய அகாடமி 2019, மனோன்மணியம் சுந்தரனார் பல்கலைக்கழகம், ஆனந்த விகடன், சுஜாதா அறக்கட்டளை ஆகிய நான்கு அமைப்புகளிடமிருந்து விருதுகளைப் பெற்றிருக்கிறது. பிற படைப்புகளுக்காகத் தமிழ்நாடு அரசு, கனடா இலக்கியத் தோட்டம், கதா, இலக்கியச் சிந்தனை, வி.ஆர். கிருஷ்ணய்யர் அறக்கட்டளை போன்ற அமைப்புகளும் விருதுகளை வழங்கி யிருக்கின்றன. தர்மனின் படைப்புகள் பல இந்தி, மலையாளம், ஆங்கிலம் ஆகிய மொழிகளில் மொழிபெயர்க்கப்பட்டுள்ளன. அண்மையில் *கூகை* நாவலை ஆக்ஸ்போர்டு யுனிவர்சிடி பிரஸ் ஆங்கிலத்திலும் சிந்தா பதிப்பகம் மலையாளத்திலும் மொழி பெயர்த்திருக்கின்றன. இவருடைய படைப்புகள் பல கல்லூரிகளில் பாடத்திட்டத்தில் இருக்கின்றன; பலர் ஆய்வுகளைச் செய்துள்ளனர். சூழலியல் குறித்து ஆர்வலர்களிடமும் மாணவர்களிடமும் உரை யாடுவதில் மிகுந்த ஆர்வமுடைய தர்மன், பஞ்சாலைத் தொழிலாளியாக இருபது ஆண்டுகள் பணியாற்றினார். விருப்ப ஓய்வில் வெளிவந்த பிறகு, முழுநேர எழுத்தாளராக, தூத்துக்குடி மாவட்டம் கோவில்பட்டியில் வசிக்கிறார்.

வில்லிசை வேந்தர்

# பிச்சைக்குட்டி

சோ. தர்மன்

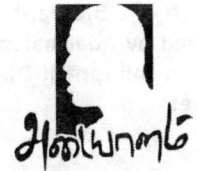

அடையாளம்

முதல் பதிப்பு: அடையாளம் 2022
© சோ. தர்மன்
வெளியீடு: அடையாளம், 1205/1 கருப்பூர் சாலை, புத்தாநத்தம் 621310, திருச்சி மாவட்டம், இந்தியா, தொலைபேசி: 04332 273444
நூல் வடிவம்: த பாபிரஸ், அச்சாக்கம்: அடையாளம் பிரஸ், இந்தியா
ISBN 978 81 7720 336 3
விலை: ₹ 150

*Villisai Venthar Pitchaikutti* is a Biography Of Pichaikutti in Tamil by Cho. Dharman, Published by Adaiyaalam, 1205/1 Karupur Road, Puthanatham 621310, Thiruchirappalli District, Tamilnadu, India, email: info@adaiyaalam.net

வறுமையிலும்
கலையை விடாமல் தொடரும்
ஆயிரமாயிரம்
கிராமியக் கலைஞர்களுக்கு

நாட்டுப்புறக் கலைகளிலே மிகச் சிறப்பான இடத்தைப் பெற்றிருப்பது வில்லுப்பாட்டாகும். இதை வில்பாட்டு, வில்லுப்பாட்டு, வில்லடிப் பாட்டு, வில்லடிச்சான்பாட்டு என்றெல்லாம் கூறுவர். வில்லுப் பாட்டின் தாயகம் குமரி, நெல்லை மாவட்டங்கள் எனக் கூறலாம்.

'வில்லடிச்சான் கோயிலிலே விளக்கு வைக்க நேரமில்லை' என்ற பழமொழி வழங்குகிறது. வில்லுப்பாட்டு இன்றி 'கொடையே' கிடையாது.

வில்லுப்பாட்டின் தோற்றத்தைப் பற்றிக் கவிஞர் சுப்பு ஆறுமுகம், 'தென் பாண்டி நாட்டுப் பகுதியில் அன்றுள்ள வேடர்கள் வேட்டையாடிவிட்டு வந்து மரத்தடி நிழலில் அமர்ந்தபோது தோளிலிருந்து வில்லை மடியில் சாய்த்து, அம்பை அந்த நாணில் தட்டித் தட்டிப் பாட்டைத் துவக்கியிருக்கிறார்கள். பாவத்தின் கரையில் புண்ணியம், ஆடலின் முடிவில் பாடல், கொல்லும் விளையாட்டின் ஓய்வில் வில்லுப்பாட்டு' என்று குறிப்பிடுகிறார்.

சோமலெ அவர்கள் 14ஆம் நூற்றாண்டில் அரசவைப் புலவர் ஒருவரால் வில்லுப்பாட்டுத் தோற்றுவிக்கப்பட்டதாகக் கூறுகிறார் (ஃபொக்லோற் ஆஃப் தமிழ்நாடு, ப. 156, 1973) தெய்வச் சிலையார் விறலி விடுதூது எனும் நூலில் வில்லுப் பாட்டு பற்றிய குறிப்பு காணப் படுகிறது. முக்கூடற் பள்ளும் இதனைச் சிறப்பித்துக் கூறுகிறது.

வில்லுப்பாட்டின் உறுப்புகளாக அமைந்த இசைக் கருவிகள் வில், உடுக்கு, குடம், தாளம், கட்டை ஆகியவை, பம்பை, உறுமி, தக்கை, தந்துபி என்ற நான்கு கருவிகளும் சேர்ந்து மொத்தம் எட்டு வகையான பக்கக்கருவிகளும் வில்லுப்பாட்டில் பயன்படுத்தப்பட்டன என அறிகிறோம்.

புலவர் நடுநாயகமாக வீற்றிருப்பார். இடதுபுறம் குடத்துக்காரர். இவர்களின் முன்பு குடத்தினில் உள்ள வில் இருக்கும். வீசுகோலைக் கொண்டு வில் நாணைத் தட்ட வசதியாக இருக்கும். புலவருக்குப்

பின்னால் வரிசையாகப் பின்பாட்டுக்காரர், கட்டை, தாளம் ஆகியவற்றை இயக்குவோர் அமர்ந்திருப்பர். உடுக்குக்காரர் குடத்துக் காரரின் வலக்கையையடுத்து அமர்ந்திருப்பார்.

கதை தொடங்கும் முன்பு காப்பு விருத்தம் பாடுவர். விநாயகர் வணக்கம் பாடப்படும். சாஸ்தா கதை கூறிய பிறகுதான் கதை கூறப்படும். குருவடியை அடுத்து அவையடக்கமும் பின்னர் நாட்டு வளம், வரலாறு கூறி இறுதியில் 'வாழிபாடல்' நடைபெறும்.

சாத்தூர் பிச்சைக்குட்டி வில்லுப்பாட்டில் புதிய உத்திகளைக் கையாண்டு அதை நவீனப்படுத்தினார் எனலாம். ஆர்மோனியம், டோலக் போன்ற பக்க வாத்தியக் கருவிகளைப் பயன்படுத்தினார். தோவாளை சுந்தரம்பிள்ளை புதுமைகளைப் புகுத்தினார். கவிஞர் சுப்பு ஆறுமுகம் புதிய கருவிகளைப் புகுத்தினார்.

கோயில் விழாக்களில் முழங்கி வந்த கலை இன்று அரசியல் பிரச்சாரத்திற்குப் பயன்படுத்தப்படுகின்றது. வில்லுப்பாட்டை நாடறியச் செய்த பெருமை என். எஸ். கிருஷ்ணனையே சாரும்.

உசரவிளை அப்பாவு நாடார், தேரூர் ஆண்டார் பிள்ளை, தோவாளை சுந்தரம் பிள்ளை, புன்னர்குளம் கோலப்பபிள்ளை, குறுங்குளம் நாராயண பிள்ளை, கழனிகுளம் மாடசாமி, நெல்லை அய்யன் பிள்ளை, புளியங்குடி பெருமாள் தேவர், செவக்குளம் தங்கையா, ஆத்தூர் கோமதி, கோவில்பட்டி சின்னப்பா, நெல்லை சந்தனமாரி, விளாத்திகுளம் இராசலட்சுமி போன்றோர் வில்லுப் பாட்டுக்கலையில் தேர்ந்த கலைஞர்கள்.

முனைவர் சு. சக்திவேல்,

*நாட்டுப்புற இயல் ஆய்வு நூலிலிருந்து*

## பொருளடக்கம்

|  |  |  |
|---|---|---|
|  | முன்னுரை | xi |
| 1 | அறிமுகம் | 1 |
| 2 | காஞ்சிப் பெரியவர்களும் வேந்தரும் | 4 |
| 3 | ஆலமுண்ட திருநீலகண்டன் | 7 |
| 4 | காந்தி கதையில் பாப்பாங்குளம் | 10 |
| 5 | தமிழ்க்கடலின் மகிழ்ச்சி | 14 |
| 6 | கொத்தமங்கலம் சுப்புவின் சோகம் | 18 |
| 7 | வில்லிசையின் ஆண்டாள் கதை | 21 |
| 8 | அப்பாவும் டப்பாவும் | 24 |
| 9 | விடமாட்டோம் வேந்தரை | 27 |
| 10 | யார் பைத்தியம் | 30 |
| 11 | சக்தி ரேணுகா தேவி கதை | 33 |
| 12 | கல்கத்தா மாமி கதை | 37 |
| 13 | ராமர் ஒடித்த வில் | 40 |
| 14 | யார் அந்தக் கறுப்பு ராஜகுமாரன் | 43 |
| 15 | வேந்தர் சொன்ன அப்பளக் கதை | 46 |
| 16 | பாவயாமி தமிழில் | 49 |
| 17 | ஈழம் தந்த சீடர் | 52 |
| 18 | காக்காய்ப் பிடித்தல் | 55 |
| 19 | கம்பரும் மாமண்டூர் சிங்கனும் | 58 |
| 20 | பொறாமை ஒரு கெட்ட எண்ணம் | 61 |
| 21 | பெண்களின் சலசலப்பு | 65 |

| | | |
|---|---|---|
| 22 | மாரிமுத்தானுக்கு ஏற்பட்ட அவமானம் | 68 |
| 23 | உறங்காப்புளி லட்சுமணன் | 71 |
| 24 | டோலக் பொன்னப்பன் | 73 |
| 25 | ஆர்மோனியத்தின் அவஸ்தை | 76 |
| 26 | தாஸ் அண்ணாச்சியின் இதயவலி | 78 |
| 27 | மெடிக்கல் மணி அண்ணாச்சி | 81 |
| 28 | எட்டயபுரம் போன கதை | 84 |
| 29 | வேலையாட்களின் கதை | 86 |
| 30 | குடிகாரர்களின் கதைகள் | 89 |
| 31 | வேந்தர் ரசித்தவை | 92 |
| 32 | சிதறல் | 95 |
| 33 | டி. எஸ். பி. கேட்ட தேவாரம் | 99 |
| 34 | வில்லும் நாதஸ்வரமும் | 102 |
| 35 | கலப்படமும் கச்சேரியும் | 104 |
| 36 | கதைக்குக் கதை | 106 |

## முன்னுரை

இரவு நேரங்களில் வெளிநாடுகளிலிருந்து ஒலிபரப்பாகும் தமிழ் நிகழ்ச்சிகளைத் தினமும் வானொலியில் கேட்கிற பழக்கம் எனக்குண்டு. அந்த வகையில் பிபிசி (லண்டன்) ரேடியோ, பீஜிங் (சைனா), மாஸ்கோ வானொலி (ரஷ்யா), ரேடியோ ராஜ்கோட் (பாகிஸ்தான்), வெரிட்டாஸ் வானொலி (பிலிப்பைன்ஸ்), ரேடியோ மலேசியா (கோலாலம்பூர்), சிங்கப்பூர் ஒலிபரப்புக்கழகம் (சிங்கப்பூர்), ரேடியோ வாடிக்கன் (வாடிக்கன்) இவை போக இலங்கை வானொலியையும் தவறாமல் கேட்பதுண்டு.

சில வருடங்களுக்கு முன்னால், 1995 என்று ஞாபகம். இரவு எட்டு மணியளவில் (மலேசிய நேரம் இரவு 10.30) மலேசிய வானொலியைக் கேட்டுக்கொண்டு இருந்தேன். இந்திய நேரப்படி தினமும் இரவு எட்டு மணிக்கு 'களஞ்சியம்' என்னும் நிகழ்ச்சியை ஒலிபரப்புவார்கள். பிரபலமான இசைக் கலைஞர்களின் திறமைகளை ஒலிப்பதிவு செய்து வைத்திருக்கும் களஞ்சியத் திலிருந்து எடுத்து ஒலிபரப்பும் ஒரு நிகழ்ச்சி அது. அன்றைய தினம் களஞ்சியம் நிகழ்ச்சியின் ஆரம்பத்தில் அறிவிப்பாளர் சொன்ன விஷயம் என்னை நிமிர்ந்து உட்கார வைத்ததோடு உற்றுக் கேட்கவும் தூண்டியது.

நேயர்களே, இப்போது களஞ்சியம் நிகழ்ச்சியிலே தமிழ் நாட்டிலிருந்து எமது நாட்டுக்கு வருகை தந்த பிரபல வில்லிசைக் கலைஞர் வில்லிசை வேந்தர் ச.பா. பிச்சைக்குட்டி அவர்கள் எமது அழைப்பை ஏற்று எமது மலேசிய வானொலியின் நேயர்களுக்காக எமது நிலையத்தில் வில்லிசை நிகழ்ச்சியை நடத்தினார்கள்.

> அந்த ஒலிப்பதிவை இப்போது நீங்கள் கேட்கலாம். தமிழின் தொன்மை யான வாத்தியக் கருவிகளைக் கொண்டு இசைக்கப்படும் வில்லிசையானது எமது பரம்பரைக் கலையாகும். இந்தப் பழம்பெரும் கலைக்குப் பெரும் பங்காற்றி பெயரும் புகழும் சேர்த்தவர் ச.பா. பிச்சைக்குட்டி அவர்கள்,

என்று கூறிவிட்டு நிகழ்ச்சியை ஒலிபரப்பினார்கள். அன்று நான் அடைந்த சந்தோஷத்திற்கு அளவே இல்லை. வளமையான குரல், வாத்தியங்களின் கச்சிதமான பங்களிப்பு, இதுவரை நான் கேட்டே அறியாத ராகங்களும் மெட்டுக்களும், இடையிடையே துளிக்கூட ஆபாசமில்லாத நகைச்சுவைத் துணுக்குகள், இலைமறைக் காயாக அரசியல் நையாண்டி, கதையோட்டத்துடனேயே சமகாலப் பிரச்சினைகளை இடையில் புகுத்தி என்னை ரொம்பவும் ஆச்சரியப்பட வைத்துவிட்டார் வேந்தர் பிச்சைக்குட்டி. அன்று இரவு முழுவதும் நான் வில்லிசை பற்றியும் அந்தக் கலையின் இன்றைய நிலை பற்றியும் பிச்சைக்குட்டி என்கிற கலைஞன் பற்றியும் சிந்தித்தபடியே தூங்கிப் போனேன்.

காலையில் எழுந்தவுடன் கண்டவர்களிடம் எல்லாம் பிச்சைக்குட்டியைப் பற்றியே பேசிக்கொண்டிருந்தேன். எல்லாக் கேஸட் கடைகளிலும் விசாரித்தேன். ஒரு கடையிலும் அவருடைய ஒலிப்பதிவு கேஸட் கிடைக்கவில்லை. ஆனாலும் என்னால் சும்மா இருக்க முடியவில்லை. சில பெரியவர்கள் சொன்ன விஷயங்கள் கொஞ்சம் ஆறுதலளிப்பதாக இருந்தது. 'பிச்சைக்குட்டியவர்கள் நம்முடைய வானொலி நிலையங்களிலும் பல்வேறு நிகழ்ச்சியை நடத்தியிருக்கிறார். திருச்சி வானொலியில் 'காந்தி மகான்' கதையைத் தொடர்ந்து இரண்டு வருடங்கள் பாடியிருக்கிறார்' என்று தகவல் சொன்னார்கள். எனக்கு சந்தோஷம் பிடிபடவில்லை. உடனே தமிழ்நாட்டில் உள்ள அனைத்து வானொலி நிலையங்களுக்கும் தபால் எழுதினேன். எந்தவொரு வானொலி நிலையத்திலிருந்தும் பதில் வரவில்லை. ஆனாலும் அவரைப்பற்றி மேலும் அறிந்து கொள்ள ஆவல் கொண்டேன். அவருடைய பிறப்பு, வளர்ப்பு, இறப்பு போன்ற விவரங்கள் மட்டுமே கிடைத்தன. அவருடைய குடும்பத்தினர், நண்பர்கள், அவரது கச்சேரியில் பின்பாட்டுப் பாடியவர்கள், வாத்தியக் கருவிகள் வாசித்தவர்கள், அவருடைய சமகாலத்து நண்பர்கள் போன்றோர்களிடம் எல்லாம் கேட்டு அவ்வளவையும் பதிவு செய்தேன்.

எழுதப் படிக்கத் தெரிந்தவர்களிடம் பேப்பரும் பேனாவும் கொடுத்து எழுதி வாங்கினேன். படிப்பு இல்லாதவர்களிடம் பேச்சுக் கொடுத்து விஷயங்களைக் கறந்து டேப்பில் பதிவு செய்து பின்னர் நகல் செய்தேன். 1995இல் தொடங்கிய என்னுடைய இந்த முயற்சி நீண்டுகொண்டே போய் 2000இல் ஓரளவு நிறைவு பெற்றது என்று சொல்லலாம்.

சங்க இலக்கியங்களை ஏடுகளிலிருந்து புத்தக வடிவில் கொண்டுவர அவற்றைத் தேடி ஊர் ஊராக அலைந்தவர் தமிழறிஞர் உ.வே. சாமிநாதய்யர். அவரைப் போல நானும் பல ஊர்களுக்கு அலைந்து திரிந்தேன். உவேசாவுக்குத் தேடிக் கண்டுபிடிக்க செல்லரித்துப் போன ஓலைச் சுவடிகளாவது உண்டு. நான் எதைத் தேடி எடுக்க முடியும். தகவல்கள் மட்டுமே மிச்சம், அதுவும் வாய்மொழி தகவல்கள் மட்டுமே. 1923இல் பிறந்து நாற்பத்து எட்டு ஆண்டுகளே நம்முடன் வாழ்ந்து 1971இல் அமரர் ஆகிவிட்ட ஒரு கிராமியக் கலைஞனுக்கு எந்த வரலாறு பதிவு செய்யப்பட்டிருக்கும்? ஒன்றுமே இல்லை என்றுதான் சொல்ல வேண்டும்.

என்னுடைய முயற்சிக்கு அளப்பரிய பங்களிப்பைச் செய்தவர் அய்யனா என்ற அய்யப்ப நாயக்கர். சின்னக்காமன்பட்டியைச் சேர்ந்தவர். வேந்தரின் இறுதிக்காலம்வரை அவருடைய குழுவில் பின்பாட்டுப் பாடியவர் (சமீபத்தில் காலமானவர்).

'டைப்பிஸ்ட் சார்' என்றும் 'சித்தப்பா' என்றும் வேந்தரால் மரியாதையுடன் அழைக்கப்பட்ட பெரியவர் வண்ணமுத்துப் பிள்ளை அவர்கள், சமீபத்தில் காலமான பிரபல ஒயில் கும்மி வாத்தியார் திப்பனூத்து ஆத்தியப்பன் அவர்கள், ஒயில் கும்மிக் கலைஞரும் எனது அப்பாவுமான உருளைகுடி மி.பெ. சோலையப்பன் அவர்கள், எட்டயபுரம் முத்துக்கிருஷ்ணன் அவர்கள் (...)ன்னும் பல வயோதிகப் பெரியவர்கள் என் முயற்சிக்கு உறுதுணை புரிந்தனர். இவ்வித மாகத்தான் சிறுகச்சிறுக அவரைப் பற்றிய தகவல்களைச் சேகரித்தேன். இச்சிறு புத்தகத்தின் நோக்கம் பிச்சைக்குட்டியவர்களின் வாழ்க்கை வரலாற்றை எழுதுவது அல்ல. மாறாக வில்லிசை பற்றியும் அக்கலையில் பிச்சைக்குட்டி அவர்களின் சரியான பங்களிப்பு பற்றியும் குறிப்பிடுவதேயாகும்.

இந்த வேலைகளை எல்லாம் ஒருவித வெறியோடு செய்து முடித்துவிட்டேன். அதற்குப் பின்னால்தான் பெரும் சோதனை வந்தது.

வில்லிசைக் கலைஞரைப்பற்றி எழுதும் போது, அவர் கையாண்ட கலையான வில்லிசை பற்றியும் எழுதித்தானே ஆக வேண்டும். தமிழின் மிகத் தொன்மக் கலைகளான பல்வேறு கலைகளில் வில்லிசையின் தோற்றுவாய் எங்கே, எப்படி, அதன் முன்னோர்கள் யார், முழுக்க முழுக்க ஒரு போர்க் கருவியான வில் எங்ஙனம், எப்படி ஒரு இசைக் கருவியாகப் பரிணமித்தது? ஒரு கருவியின் பயன்பாடு மாறும் போது, அதன் முக்கியத்துவம் குறைந்து, அந்தக் கருவி வேறு பயன்பாட்டிற்கும் உதவலாம். அப்படியானால் வில்லின் உபயோகம் எப்போது, ஏன் குறைந்தது போன்ற கேள்விகள் என் நெஞ்சில் நிழலாடின. 'இந்தக் கேள்விகள் எல்லாம் அறிஞர்களிடம் பதில் பெறவேண்டிய கேள்விகளாயிற்றே' என்ற கவலையுடன் சில நண்பர்களிடம் கேட்டேன். நண்பர்களோ சில அறிஞர்களின் விலாசம் தந்து அவர்களைச் சந்திக்கும்படி யோசனை சொன்னார்கள். அப்போதுதான் எனக்கு ஒரு பெரிய ஆச்சரியம் ஏற்பட்டது. நம்மைச் சுற்றியே இவ்வளவு அறிஞர்கள் இருக்கிறார்களா? இவர்களை எல்லாம் பக்கத்தில் வைத்துக்கொண்டு இந்த வில்லிசை பற்றிய அற்ப விஷயத்துக்கா கவலைப்பட வேண்டும் என்கிற மகிழ்ச்சிடன் ஒவ்வொரு அறிஞராய்ச் சந்திப்பதற்கு முற்பட்டேன்.

அதன்படி நான் சென்னை, மதுரை, நெல்லை, தஞ்சாவூர் போன்ற பல ஊர்களுக்குச் சென்று சில நண்பர்களைச் சந்தித்தேன். இவர்களில் ஒருவர்தான் *பாவைக்கூத்து* என்னும் நூலை எழுதிய வெங்கட் சாமிநாதன் அவர்கள், மத்திய அரசின் உளவுப் பிரிவில் அதிகாரி. மிகவும் எளிமையானவராக இருந்தார். நான் இது விஷயமாகப் படிக்க வேண்டிய புத்தகங்களின் பட்டியல், சந்திக்க வேண்டிய நபர்களின் முகவரி ஆகியவற்றைத் தந்ததோடு அவருடைய சிபாரிசுக் கடிதத்தையும் எனக்குக் கொடுத்தார். நான் அடைந்த மகிழ்ச்சிக்கு அளவேயில்லை. நேராக சென்னை, தரமணியில் உள்ள உலகத் தமிழாராய்ச்சி மையத்திற்குச் சென்றேன். அதன் இயக்குநர் இராமர் இளங்கோவும் ஊழியர்களும் எனக்குப் பேருதவி புரிந்தார்கள்.

தமிழகக் கூத்துக்கள் பற்றியும் நாட்டுப்புறக்கலைகள் பற்றியும் ஏராளமான புத்தகங்களை எனக்கு அறிமுகப்படுத்தினர். அத்தனையும் பொக்கிஷங்கள். அனைத்து நாட்டுப்புறக் கலை வடிவங்களின் தோற்றம், வளர்ச்சி, காலம் எல்லாமே அறிந்து கொண்டேன். கோமதிநாயகம் அவர்கள் எழுதிய வில்லிசை பற்றிய புத்தகம்கூட

எனக்குக் கிடைத்தது. ஜான் ஆசீர்வாதம் எழுதிய தமிழர் கூத்துக்கள் சக்திவேல் அவர்கள் எழுதிய நாட்டுப்புறக் கலைகள் வரலாறு முதலிய புத்தகங்கள் எனக்குப் பெரிதும் உதவின. ஆனால் எதிலுமே வில்லுப்பாட்டு பற்றிய சரியான ஆய்வு இல்லை என்றே சொல்லலாம்.

இவைபோக சுப்பு ஆறுமுகம் அவர்கள் எழுதிய வில்லிசை தோன்றிய வரலாறு என்ற ஒரு கட்டுரையும் எனக்குக் கிடைத்தது. இவர்கள் எல்லாருமே வில்லிசை தோன்றிய விதத்தை அவரவர் கற்பனைக்குத் தகுந்தாற்போல் யூகத்தின் அடிப்படையிலேயே எழுதியிருக்கிறார்களே அன்றி, விரிவான ஆய்வுகளின் அடிப்படையிலேயோ, வரலாற்றுக் குறிப்புகளின் ஆதாரங்களின் அடிப்படையிலேயோ செய்யவில்லை. ஆகவே அவற்றில் நம்பகத்தன்மை குறைந்து, ஏற்கும் மனோநிலை இல்லாமல் போனது. ஆகவே காலத்தை நிர்ணயிப்பதற்காக சங்க இலக்கியங்களில் வரும் கூத்துக்கலைகள் அனைத்தையும் படிக்க வேண்டிய கட்டாயத்திற்கு நான் உள்ளானேன். தமிழில் உள்ள அத்தனை கூத்து வடிவங்களையும் பதிவு செய்து காவியம் படைத்திருக்கும் இளங்கோவடிகள் வில்லிசை பற்றி சிலப்பதிகாரத்தில் ஒரு வரிகூட எங்கேயும் குறிப்பிடவில்லை.

அதுபோக நற்றிணை, குறுந்தொகை, ஐங்குறுநூறு, பதிற்றுப்பத்து, பரிபாடல், கலித்தொகை, அகநானூறு, புறநானூறு, திருமுருகாற்றுப் படை, பொருநர் ஆற்றுப்படை, சிறுபாணாற்றுப்படை, பெரும் பாணாற்றுப்படை, முல்லைப்பாட்டு, மதுரைக்காஞ்சி, நெடுநல்வாடை, குறிஞ்சிப்பாட்டு, பட்டினப்பாலை, மலைபடுகடாம் போன்ற நூல்களை ஆராய்ந்தும், ஆராய்ந்தறிந்த நண்பர்கள் உதவியுடனும் படித்ததில் இவற்றில் எந்த இடத்திலேயும் வில்லிசை பற்றிய ஒரு சிறுகுறிப்பும் கிடைக்கவில்லை. ஆனால் பல்வேறு கூத்துக்கலை வகைகளை மேற்கண்ட நூல்கள் குறிக்கின்றன. அவற்றில் பல கூத்துக்கலைகள் இன்று வழக்கில் இல்லை. சில கலைகள் வடிவங்களை மாற்றிக் கொண்டு கூத்துத்தன்மையை இழந்து செயல்படுகின்றன. ஒருவேளை மேடைக் கச்சேரியை மட்டுமே பிரதானமாகக் கொண்ட கலையாக வில்லிசை இருந்ததாலும் ஆடல் கலை இல்லாததாலும் கூத்து வடிவம் பெறாமல், பாடல் கலை வடிவமான ஒரு நிகழ்ச்சியாகவே அது இருந்திருக்க வாய்ப்புண்டு. ஆகவே இலக்கிய நூல்களில் குறிக்கப் படாமல் போயிருக்கலாம்.

சங்க காலங்களில் முதலில் தோல்கருவிகள் தோன்றி பின்னர் துளைக்கருவிகள் தோன்றி இறுதியாக நரம்புக் கருவிகள் தோன்றின

என்பது பல்வேறு ஆராய்ச்சியாளர்கள் மற்றும் தொல்காப்பியரின் கூற்று. வில்லிசை, நரம்புக் கருவியானவில்லை மையப்படுத்தி நிகழ்த்தப்படும் கலையாகையால், இதன் காலம் இசைக் கருவிகளின் தோற்ற வரிசைப்படி கடைசிக்காலம் என்பது தெளிவு. பல்வேறு வகையான நரம்புக் கருவிகளையும் அதை வைத்து இசைக்கப்படும் கலைகளையும் பல நூல்கள் குறிக்கின்றன. ஆனால் வில்லிசைபற்றிய குறிப்புகள் எதிலும் காணப்படவில்லை. கடியலூர் உருத்திரங் கண்ணனார் பாடிய பெரும்பாணாற்றுப்படையில்,

குமிழின்
புழற்கோட்டுத் தொடுத்த மரற்புரி நரம்பின்
வில்யாழிசைக்கும் விரலெறி குறிஞ்சி (பெரும்பாண். *169-184*)

என்று குறிப்பிடுகிறார். அதாவது 'வில்யாழிசைக்கும்' என்கிறார். இதனால் சில ஆய்வாளர்கள் நரம்புக் கருவிகளிலேயே மூத்த இசைக்கருவி 'வில்' தான் என்று வாதிடுகின்றனர்.

கவிஞர் சுப்பு ஆறுமுகம் அவர்கள் 'வாழையடி வாழையென வந்த திருக்கூட்டம்' என்றாரே, அதுபோல் 'வில்லின் வழி யாழ் பிறக்க, அதில் வீணை மகள் என்றொரு நாதக் குழந்தை பிறந்தது. ஆக வில்லிசைக் கருவி என்னும் பாட்டியின் செல்வப் பேத்திதான் சிங்கார வீணை' என்று குறிப்பிடுகின்றார். ஆனால் யாழ், வீணை இவற்றை யெல்லாம் இலக்கியத்தில் பல்வேறு புலவர்கள் சிறப்பித்துப் பாடியிருக்கும்போது, இக்கருவிகளுக்கு முந்தைய நரம்புக் கருவியென 'வில்'லைக் குறிப்பிட்டு ஒருவர்கூடப் பாடவில்லையே ஏன்? 'குழலினிது யாழினிது என்பர்' என்று வள்ளுவன் கூறும் யாழுக்கு முந்தைய நரம்புக் கருவி 'வில்' என்றால் வில்லிசையின் காலம் திருக்குறளின் காலத்திற்கும் முந்தியதா?

இதே சுப்பு ஆறுமுகம் அவர்கள் வில்லிசை தோன்றிய வரலாற்றை எவ்வாறு எழுதுகிறார் பாருங்கள்.

'தென்பாண்டி நாட்டிலே, ஒரு குறுநில மன்னன் வீரர்களையும் தன் பரிவாரங்களையும் கூட்டிக்கொண்டு காட்டுக்கு வேட்டையாட வந்தான். அன்று நல்ல வேட்டை. சிங்கம், புலி, கரடி முதல் மான், நரி, மத்தகம் வரை அத்தனையும் வேட்டையாடிக் களித்தான். அந்த வனத்தின் மர(ற) நிழலில் மன்னனும் கூடவந்தோரும் குளுமையைச் சுவைத்துக்கொண்டிருந்தனர். அந்திவேளை வந்தது. அனைவரும் கூடாரங்களில் வந்து இளைப்பாறினர். எங்கோ ஒரு மான்! ஏதோ ஒரு புலி! ஒரு மத்தகம்! குற்றுயிராகக்

கிடந்து அழும் அவல அழுகைக் குரல்கள் மன்னனின் செவியை, சிந்தனையை முற்றுகையிட்டன...!

மேதினி ஆள்வோனின் மெழுகுள்ளம் உருகியது. இருவிழிகளும் அதனை அள்ளி வெளியே கொட்டின.

வாழும் உயிரினை வாங்கி விடல் - இந்த
மண்ணில் எவர்க்கும் எளிதாகும்!
வீழும் உயிரை எழுப்புதலோ - ஒரு
வேந்தன் நினைக்கினும் ஆகாதய்யா!

என்னும் இருபதாம் நூற்றாண்டுக் கவிமணியின் இதய ஒலி, அந்த முடிவேந்தனின் இதயத்தில் முந்திப் போய் ஒலித்ததோ!

சிறு பிள்ளையைப் போல் தேம்பித் தேம்பி அழுதான்.

செத்துக்கொண்டிருந்த கால், அரை, முக்காற்புள்ளிகள் இதற்குள் முற்றுப்புள்ளிகள் ஆகிவிட்டன.

'இறைவா! நான் மன்னனாம்! மனிதனாம்! மதியிலும் விதியிலும் உயர்ந்தவனாம். தென்பாண்டி மாநில ஆட்சி என்னதாம்! என்னை மதிக்கிறார்கள்! துதிக்கிறார்கள்! வாழ்க! வாழ்க! என்று வாழ்த்து கிறார்கள். ஆனால் வேட்டை என்ற பெயரால் வெறியாட்டம் நடத்திக் கொண்டிருக்கிறேனே; சாய்த்துவிட்ட ஒரு மான்குட்டியின் உயிரைக்கூடத் திருப்பிக் கொடுக்க முடியாத என் கரங்களில்தான், எத்தனை எத்தனை சட்டங்களின் பின்னல் வேலைகள் நடந்து கொண்டிருக்கின்றன. இப்போது என் மனச்சான்று என்னை வேட்டையாடுகிறதே! ஆடட்டும்! நன்கு ஆடட்டும்! எனது கொல்லும் அறிவைக் கொல்லட்டும். கொல்லாமை என்னுள் கொலுவிருந்து ஆடட்டும்! வாழட்டும் உலக உயிர்கள்! ஆண்டவன் எழுதிய உயிர்ச் சித்திரங்களை அழிக்க நான் யார்? அவன் படைத்த உயிர்ப்பொம்மைகளை உடைக்க நான் யார்? ஊரும், நாடும், மலையும், என் மனையின் கொலுப்படிகள் அல்லவே! அமைச்சரே!' என்று அரற்றுகிறான்.

'மன்னா! தன்னை உணரும் தங்களுக்குத் தகுந்த பரிகாரம் கூறுகிறேன். கொலைக்கருவி கலைக்கருவி ஆகட்டும்! இதுவரை தோளில் கிடந்த வில்லை மடியின் பக்கம் படுக்கப்போடுவது போல் போட்டு, கீழ்நுனியில் ஒரு கயிறு கட்டி, அசையா வண்ணம் வில்லின் அடிப் பகுதியை, அதோ காட்டுத்தேன் கொண்டு போக, கொண்டு வந்திருக்கிறோமே—மண்குடம், வில்லோடு

இணைத்துக் கட்டி, அம்பறாத்தூணியிலிருந்து அம்புகளை எடுத்து தாளத்தோடு தட்டித் தட்டித் தமிழில் பாடுங்கள். தலைமுறைப் பாவங்கள் எல்லாம் நீங்கும்! தமிழ்மறை திருக்குறளைப் பாடுங்கள். கம்பராமாயணத்தைப் பாடுங்கள்! முத்தமிழ்க் காப்பியத்தைச் சிலம்பொலி செய்யுங்கள்! புறம், அகம் இதற்குப் புறம்பானதல்ல! ஒல்காப்புகழ் தொல்காப்பியம் முதல் நல் காப்பியங்களையெல்லாம் வில் காப்பியமாக சொல் காப்பியமாக வில்லிசைத்துப் பாடுங்கள்!' என்கிறான் அமைச்சன் (சுப்பு ஆறுமுகம், *வில்லுப் பாட்டு தோற்றமும் வளர்ச்சியும்*, அரசு வெளியீடு).

அதாவது சுப்பு ஆறுமுகத்தின் கூற்றுப்படி தென்பாண்டி நாட்டிலே, காட்டுக்குள் ஒரே ஒரு நொடியில் வில்லிசை பிறந்துவிட்டது. ஒரு ஞானோதயத்தின் மூலமாக. இவரும் ஒரு வில்லிசைக் கலைஞர், கலைமாமணி விருது பெற்றவர். தன்னுடைய மேடைகளில் தவறாமல் முன்னாள் முதல்வர் அண்ணாதுரையைப் பாடி வந்தவர்.

இதேபோல் வேறு சில ஆராய்ச்சியாளர்களும் வெவ்வேறு விதமான காரணங்களைக் கூறுகின்றனர். இதில் முக்கியமாக நாம் கவனத்தில் கொள்ள வேண்டிய விஷயங்கள் இரண்டு:

1. வில்லிசை தென்பாண்டி நாட்டிலேதான் முதன் முதல் தோன்றியது என்ற அனைவருடைய கூற்று.

2. அக்கலை 'காட்டிலே' தான் முதலில் தோன்றியது, நாட்டுக்குள் அல்ல என்ற கூற்று.

ஏனெனில் போர், வேட்டை இவற்றின் போதுதான் வில்லிசை தோன்றியதாகக் கூறுகின்றனர். காரணம் போரின் போதும் வேட்டையின் போதும்தான் வில்லைப் பயன்படுத்துகிறோம். ஆகவே வில்லிசைக்குப் பிரதானமான இசைக்கருவியாக வில் இருப்பதால் தான் அவர்கள் இவ்வித கற்பனையான ஆய்வுக் கருத்தை வியந்து திணித்துச் சொல்ல வேண்டியதிருக்கிறது.

இவர்களின் கூற்றுப்படியே பார்த்தாலும் போரும் வேட்டையும் தென்பாண்டி நாட்டில் மட்டும்தானா நடந்தன, என்ற கேள்வி எழுவது இயல்பு. காரணம் வில்லுப்பாட்டின் தோற்றமும் வளர்ச்சியும் குமரி, நெல்லை மாவட்டங்களில்தான் நடந்திருக்கிறது. சிறந்த வில்லிசைக் கலைஞர்கள் அனைவருமே கன்னியாகுமரி, திருநெல்வேலி மாவட்டத்தைச் சேர்ந்தவர்களே. வேறு மாவட்டங்களில் அனேகமாக

இந்தக் கலை இல்லை என்றே சொல்லலாம். விதிவிலக்காக ஒன்றிரண்டு இருக்கலாம்.

இந்த வில்லிசைக் கலையை மிகச் சரியான முறையில் கையாண்டவர் என்ற பெருமை புலவர் ச.பா.பிச்சைக்குட்டி அவர்களையே சாரும். புதுப்புது கதைகள், காலத்திற்கேற்ற நவீனத்துவம், புதிய இசைக் கருவிகளை இணைத்தது, அவருடைய சங்க இலக்கியப் புலமை, ஆங்கிலப்புலமை, வளமான குரல்வளம், பல்வேறு ராக மெட்டுக்கள், சங்கீத ஞானம், சமகாலப் பிரச்சினை களைக் கச்சிதமாகக் கதையினூடே சொருகுதல், ஆபாசமற்ற நினைத்து நினைத்துச் சிரிக்கக்கூடிய நகைச்சுவை கதைகள் இவை எல்லாமே பிச்சைக்குட்டி பிள்ளையிடம் பரிபூரணமாகக் கைகூடியிருந்தன. பிச்சைக்குட்டிக்கு முன்னர், அவரே தன்னுடைய குருநாதர் என்று போற்றிய நெல்லை ஐயம்பிள்ளை இந்தக் கலைக்குப் பெரும் பங்காற்றி வளமை சேர்ந்தவர். இவர்கள் இருவருமே அன்றைய நெல்லை மாவட்டத்தைச் சேர்ந்தவர்களே. இவர்களிட மிருந்துதான் வில்லிசை சினிமாவுக்கும் மற்றும் பல இடங்களுக்கும் சென்றது.

இவர்கள் இருவருக்கும் முன்னரே கன்னியாகுமரி மாவட்டத்தைச் சேர்ந்த தோவாளை சுந்தரம் பிள்ளை இக்கலையில் பெயரும் புகழும் பெற்று அனேக மேடைகளில் நடத்திக்கொண்டிருந்தார். கன்னியாகுமரி மாவட்டத்தில் தோவாளை சுந்தரம்பிள்ளைக்கு முன்னால் இக்கலையைக் கையாண்டு வந்தவர்களில் பெரும்பாலோர் நாடார் சமுதாயத்தைச் சேர்ந்தவர்களே பெரிதும் இந்தக் கலையை வளர்த்துப் போற்றிப் பாதுகாத்து வந்திருக்கிறார்கள் என்பது இக்கலைபற்றி ஆழமான ஆய்வு செய்கிறவர்கள் ஒப்புக்கொள்ள வேண்டிய விஷயம். உண்மையும் அதுவே. வில்லிசையை ஆய்வு செய்தவர்கள் அனைவரும் வில்லிசையை ஆய்வு செய்வதற்குப் பதில் இதில் பங்களிக்கக்கூடிய பிரதானமான, முக்கிய கருவியான வில்லையே முதன்மைப்படுத்தி தங்களது ஆய்வுகளை நிகழ்த்தி இருக்கிறார்கள்.

ஆகவேதான் அவர்களுடைய ஆய்வுகள் எல்லாமே வில்லைப் பறைசாற்றக்கூடிய வேட்டை, போர், மன்னன் என்ற தளத்திலே போய்த் தவறான, கற்பனையான, நம்பகத்தன்மை குறைந்த, ஆதாரமில்லாத கற்பனாவாதத்தில் போய் முடிந்திருக்கின்றன. ஆகவே வில்லிசையில் பயன்படுத்தும் இசைக் கருவியான சலங்கைகள்

கட்டிய வில்லுக்கும், போருக்கும், வேட்டைக்கும் பயன்படுத்தும் அம்பு செலுத்தும் கொலைக்கருவியான வில்லுக்கும் எந்தச் சம்பந்தமும் இல்லை என்பதையும் இரண்டும் வெவ்வேறானவை என்பதையும் நாம் முதலில் புரிந்துகொள்ள வேண்டும். கொலைக்கருவி கலைக் கருவியானது என்பது எல்லாம் கற்பனை வார்த்தைச் சித்தாடல். உருவ ஒற்றுமையில் ஒரே கருவிபோல் தோன்றினாலும் பயன்பாடு களும் வெவ்வேறானவை. ஒன்றுக்கொன்று தொடர்பில்லாதவை. செயல்பாட்டு முரண், உருவ ஒற்றுமைக் குழப்பம்.

எந்த ஒரு கூத்தும் கலையும் ஒரே நாளில் அல்லது ஒரே நிமிடத்தில் உருவானதாகச் சரித்திரமில்லை. உருவாகவும் முடியாது. அதிலும் வில்லிசை போன்ற ஒன்றுக்கு மேற்பட்டவர்கள் பங்குபெறும் கலையை ஒரே நாளில் யாருமே உருவாக்கியிருக்க முடியாது. இசையுடன் கூடிய ஒரு கூத்தோ அல்லது கலையோ முதன்முதலில் உருவாக அதற்கான ஒரு தூண்டுதல் மற்றும் சூழல் முக்கியம். பல வகையான கூத்துக்கள் விளையாட்டிலிருந்தே பின்னர் கூத்தாக மாறி நிலைபெற்று இருக்கின்றன என்று பல ஆய்வாளர்கள் சங்க இலக்கியங்களையும் சங்ககால கூத்துக்களையும் மேற்கோள் காட்டி கூறியிருப்பது இங்குக் குறிப்பிடத்தக்கது. 'இயற்கையிலே அமைந்த மயிலின் ஆட்டமும் மானின் துள்ளலும் மனிதனின் பொழுது போக்காக இருந்திருக்க வேண்டும்.

ஆயினும் இயற்கையிலமைந்த இந்தக் கூத்துக்கள் மனிதன் நினைத்த போதெல்லாம் பார்வைக்கு நிகழ்வதில்லை. ஆதலால் நினைத்த போதெல்லாம் ஆடிப் பாடி மகிழ்ந்துகொள்வதற்கு வாய்ப்பாக இயற்கையிலிருந்தே மனிதர் தாமும் கூத்துக் கலைகளைக் கற்றிருக்க வேண்டும். மயிலின் ஆட்டமும் மானின் துள்ளலும் மரநிழல்களிலும் குன்றின் உச்சிகளிலும் நிகழ்ந்தது போலவே பழந்தமிழரின் முதல் நிலைக் கூத்துக்களும் மரநிழலிலும் குன்றின் உச்சியிலுமே நிகழ்ந்தன' (ஜான் ஆசிர்வாதம், தமிழர் கூத்துக்கள் ப. 7).

இவருடைய கூற்றில் முக்கியமாக இரண்டு விஷயங்களை நாம் கருத்தில் கொள்ள வேண்டும். சங்கக் கூத்துக்கலைகள் நிகழ்ந்த இடங்களாக மர நிழல், குன்றின் உச்சி என்று குறிப்பிடும்போது அது காடு என்பது தெளிவு. அடுத்து கூத்து நிகழ்த்தும்போது ஆடுவோர் பாடுவோரின் பெரும்பாலோர் கள்ளுண்டிருந்தனர். 'நனைக்கள்ளின் மனைக்கோசர்; தீம் தேறல் நறவு மகிழ்ந்து; தீம்

குரவைக் கொளைத் தாங்குந்து' (புறநானூறு, 396: 7-9) பெரும்பாலான கூத்துக் கலைகள் மக்களுடைய தினப்பணிகள் முடிந்த பின்னரே நிகழ்த்தப்பட்டன.

ஆக வில்லிசை தென்பாண்டி நாட்டிலேதான் முதலில் தோன்றியது என்பதும் அனைவரின் ஒருமித்த கருத்து. அப்படியானால் வில்லிசை எந்த மர நிழலில் அல்லது குன்றின் உச்சியில் ஆரம்பமானது என்று அறிய முற்பட்டபோதுதான் எனக்குச் சில ஆச்சரியமான விஷயங்கள், பல அறிஞர்கள் காணத் தவறிய விஷயங்கள் புரியலாயின. கன்னியா குமரி மாவட்டத்தில் நான் சில வயோதிக வில்லிசைக் கலைஞர்களைச் சந்தித்தபோது அவர்களுக்குள் ஓர் ஒற்றுமை இருப்பதை உணர்ந்தேன். அனேகமாக எல்லாருமே குறிப்பிட்ட ஒரு சமூகத்தைச் சேர்ந்தவர் களாகவே இருந்தது என்னை ஆச்சரியப்பட வைத்தது. கன்னியாகுமரி மாவட்டம் தோவாளை என்னும் ஊரைச் சேர்ந்த சுந்தரம் பிள்ளைக்கு முன்னர் உள்ள வில்லிசைக் கலைஞர்களில் பெரும்பாலானோர் நாடார் சமூகத்தைச் சேர்ந்தவர்களே.

பனையேறும் தொழிலைத் தங்களுடைய பரம்பரைத் தொழிலாகக் கொண்ட இந்த நாடார் சமுதாய மக்களே வில்லிசையைப் போற்றி வளர்த்து வந்ததோடு அதை உருவாக்கியும் இருக்கிறார்கள் என்று திடமாக நம்பலாம். முதன்முதலில் வில்லிசையில் பயன்படுத்தப் பட்ட இசைக் கருவிகள் ஐந்தே ஐந்துதான்:

1. வில்லும் அதில் கோர்க்கப்பட்டிருக்கும் சலங்கையும்;
2. உடுக்கை: பாரம்பரியம் மிக்க தோல் கருவி. சங்க இலக்கியங் களிலே நிறைய இடங்களில் குறிப்பிடப்படும் பழைமையான கருவி;
3. குடம்: மண்பானை மட்டுமே;
4. தாளம்: ஒரு வகையான சப்பட்டை வடிவிலான கட்டை;
5. கட்டை: சிரட்டை போன்ற மரக்கட்டை

இவைதான் ஆரம்பகால வில்லிசைக் கலையின் இசைக்கருவிகள். பம்பை, உறுமி, தக்கை, தந்துமி போன்றவையும், ஆர்மோனியம் டோலக் போன்றவையும் பிற்சேர்க்கைகளே.

ஆரம்பத்தில் பயன்படுத்தப்பட்ட எல்லா இசைக்கருவிகளும் உற்று ஆராய்ந்தால் நாடார் இன மக்கள் தொழில் ரீதியாகப் பயன்படுத்திய பனையோடு சம்பந்தமுடைய கருவிகளே.

தேவார காலம்வரை பயன்படுத்தப்பட்டு வந்த சங்க கால இசைக் கருவிகளை ஆராய்ந்தால் நமக்குள் ஒரு பெரிய அதிசயம் காணக் கிடைக்கும். அவற்றுள் உடுக்கை தவிர வேறெந்தக் கருவியும் வில்லிசையில் பயன்படுத்தப்படவில்லை. 'இடக்கை, உடுக்கை, கத்தரிகை, கல்லவடம், கல்லிசை, கழல், குடமுழா, குழல், கை நரம்பு, கொக்கரை, கொட்டு, கொடு கொட்டி, சங்கு, சல்லரி, சிலம்பு, தகுணிச்சம், தக்கை, தண்டு, தண்ணுமை, தமருகம், தழங்கு, மொந்தை, துடி, துத்திரி, துந்துபி, அரிசங்கு, படகம், பகுதம், பணிலம், பறை, பாலையாழ், பிடவம், மணி, மருவம், முரசு, முரவம், முழவம், முழா, மொந்தை, யாழ், வட்டளை, வீணை' (தொகுப்பு: தோவாரம் அடங்கன் முறை). ஆக இவற்றுள் எதையும் தன்னுடைய கலையில் பயன்படுத்தாத தனித்த கலையாகவே வில்லிசை உருப்பெற்றிருக்க வேண்டும். மிகமிகச் சாதாரண இசைக்கருவிகள்.

சொல்லப்போனால் அவை இசைக் கருவிகள் ஆக்கப்பட்டவையே (வில், பானை, கட்டை, சலங்கை). அந்தச் சூழ்நிலைதான் வில்லிசையின் பிறப்பிடமாகவும் இருந்திருக்க வேண்டும். இருந்திருக்க முடியும். ஊரைவிட்டு வெகுதூரம் தள்ளி உள்ள காடு, கூட்டங் கூட்டமாய் நெடிதுயர்ந்த பனைமரங்கள், ஆங்காங்கே பனைக்கூட்டங்களிடையே சிறுசிறு ஓலைக் குடிசைகள். ஆண்களும் பெண்களுமான பனைத்தொழில் செய்யும் கூட்டம். கடுங்கோடைக் காலமான மாசி மாதம் தொடங்கி ஆடி மாதம் வரையே பனைத் தொழிலுக்கு உகந்த காலம். இந்தக் காலங்களில் மட்டுமே பனைகள் பாளைகள் விட்டு, காய்களாகிப் பழமாகவும் பதனீராகவும் நுங்காகவும் கள்ளாகவும் கருப்பட்டியாகவும் தும்பாகவும் கயிறாகவும் கிழங்காகவும் பலன் கொடுக்கும். இந்த ஆறுமாத காலத்திற்குள் முதல் மூன்று மாதம் கடுங்கோடைக்காலம். வறுத்தெடுக்கும் வெய்யிலும் சூறைக் காற்றுடன் கூடிய கோடை மழையும் பெய்யும் காலம்.

இரண்டாவது பருவம் மூன்று மாதமும் கடுமையான காற்று வீசும் பருவம். பனையேறும் தொழில் மாதிரியான ஒரு கஷ்டமான தொழில் இல்லை என்றே சொல்லலாம். உடம்பில் உள்ள அத்தனை உறுப்புக்களையும் வலுவாக இயக்கியாக வேண்டும். கரணம் தப்பினால் மரணம். பதனீர் இறக்குவதற்காகப் பாளைகளைத் தயார் செய்த பின்னர் காலை, மதியம், சாயங்காலம் மூன்று வேளையும் பாளை சீவியாக வேண்டும். ஒருவேளை பாளை சீவப்படாவிட்டாலும்

அந்தப் பாளையின் கண்ணடைத்து பதனீர் சொட்டுப்போடுவது நின்றுவிடும். அதனால் இந்தத் தொழில் செய்வோர் பெரும்பாலும் இந்த ஆறுமாத காலம் எங்கேயும் போகமுடியாது. பிணையல் மாடுகளைப் போல் பனையடியிலே இருந்தாக வேண்டும். பெண்கள் வேண்டுமானால் ஊருக்குள் போய் வரலாம். கருப்பட்டி காய்ச்சும், பதனீர் விற்கும் தொழில் செய்யும் பெண்களால் எங்கேயும் போக முடியாது. ஏனெனில் உடனடியாக பதனீரை விற்றாக வேண்டும். அல்லது கருப்பட்டி காய்ச்சியாக வேண்டும். மறுநாளானால் பதனீர் சலிப்புப் பிடித்து கெட்டுப்போய் ஒன்றுக்கும் உதவாமல் சீரழிந்துவிடும்.

ஆக, இந்த ஆறுமாத காலமும் ஊரைவிட்டுத் தனிமைப்பட்ட காட்டு வாழ்க்கை பனைகளோடு மட்டுமே. ஆதிகாலத்தில் எந்தத் தொடர்பு சாதனம் இவர்களுக்கு இருந்திருக்கும்? சரியான பாதைகூட இருந்திருக்காது. வேட்டை மிருகங்கள், பாம்பு போன்ற விஷ ஜந்துக்களின் பயம். ஆக ஆதிவாசிகளைப் போல்தான் வாழ்ந்திருக்க முடியும். சூழல், தொழில் அப்படிப்பட்டது. இந்தச் சூழலில் அவர்களுடைய உழைப்பின் களைப்பை மறக்க ஒரே ஒரு வடிகால் 'கள்' உண்ணுவது மட்டுமே. வெளியாட்கள் தொடர்பு என்று பார்த்தால் பகலில் கள்குடிக்க, பதனீர் குடிக்க, நுங்கு, ஓலை இவற்றை வாங்கிப் போவதற்காக வரும் ஒரு சிலர் மட்டுமே. இரவில் வண்டி மாடுகளுடன் வந்து தங்கி காலையில் பாரமேற்றிப் போகும் வண்டிக்காரர்களும் மாடுகளும் மட்டுமே துணை.

திருடர்கள், வழிப்பறிக் கொள்ளையர்களின் பயத்தினால் இரவிலே தங்கி பெரும்பாலும் பகல் பிரயாணமே வண்டிக்காரர்களுக்கு உகந்த நேரமாய் இருந்திருக்க வேண்டும். கூட்டமாக உட்கார்ந்து ஊரில் நடந்த விஷயங்கள், கதைகளையெல்லாம் அவ்வப்போது பனையேறி களுக்குச் சொல்லும் தொடர்புச் சாதனமாக இந்த வண்டிக்காரர்களே இருந்திருக்க வேண்டும்.

ஏனெனில் பல மைல்களுக்கு அப்பால் வெவ்வேறு ஊர் களிலிருந்தும்கூட இங்கே வந்து தங்கி பனைகளைக் குத்தகை எடுத்து தொழில் செய்து, பருவம் முடிந்ததும் தங்கள் தங்கள் ஊர்களுக்குச் சென்றுவிடும் பனையேறிகளே அதிகம். இரவில் இங்கே வந்து தங்கும் வண்டிக்காரர்களுக்கு இயற்கையே தன்னைத் தோதாக்கிக் கொடுக்கிற காலம் இந்த வெளிப்படுக்கைக் காலம் எனப்படும் இந்தக் கோடைக்காலம்.

பகலெல்லாம் அக்னியாய்த் தகித்த கோடை வெய்யிலில் பல பனைகள் ஏறி இறங்கிய களைப்பு. பால் போன்ற நிலவொளி. முற்றத்தில் சுகந்தமான தென்றல் காற்று. அது கொண்டுவந்து சேர்க்கும் காட்டுப் பூக்களின் ரம்மியமான நறுமணம். வயிறு முட்டக் குடித்த சுத்தமான பனங்கள்ளின் போதை. எங்கோ தூரத்தில் ஊளையிடும் நரிகளின் சத்தம். நிலவொளியில் ஜொலிக்கும் நட்சத்திரக் கூட்டங்கள். நீண்டுகிடக்கும் பனைமர நிழல் கூட்டம். பலப்பல கதைகள் பேசும் கூட்டத்திடமிருந்து பாட்டு வராமல் எங்கே போகும். பனையிலிருந்து கீழே தவறி விழுந்து இறந்தவனைப் பற்றிய பாட்டு, கடும் புயலிலும் பனையேறி, பதனீர் இறக்கிய வீரனைப் பற்றிய பாட்டு, பனை விட்டுப் பனை தாவி வீரசாகசம் புரிந்தவனைப் பற்றிய பாட்டு, அவரவர்களுக்குத் தெரிந்தபடி பாடுகிறார்கள்.

குடிசையின் ஓரத்தில் தொங்கும் கழற்றி வைக்கப்பட்ட நாரத்தங்காய் சலங்கைகள் கோர்த்த மாடுகளின் கழுத்து வாரை கையில் எடுத்து ஒருவன் தட்டுகிறான் (இன்றும் வில்லிசையில் இந்த நாரத்தங்காய் சலங்கைகள்தான் வில்லில் கட்டப்பட்டுப் பயன் படுத்தப்படுகிறது). பதனீர் சுமக்கும் மண்குடங்கள் அருகிலேயே நிறைந்து கிடக்கின்றன. குடத்தை ஒருவன் கையிலெடுத்து, பனை மட்டையின் அகன்ற கீழ் பாகத்தால் தட்டுகிறான். பானையின் வாயிலிருந்து ஒரு வித்தியாசமான ஓசை எழுதுகிறது (இன்றும் வில்லிசையில் குடம் பிரதானம். அதேபோல் குடம் வாசிக்க பனைமட்டையால் ஆன 'பத்தை'யே சிறந்தது). பனையின் பாளை களை நசுக்கி நெரித்துவிடக்கூடிய கட்டைகள் குடிசைகளில் தொங்கு கின்றன. அதை ஒருவன் கையில் எடுத்து அடிக்கிறான். சிரட்டைகள் குமிந்து கிடக்கின்றன.

குதிரையின் குளம்படிச் சத்தம் போல் கேட்கும். கையில் பிடித்துக்கொண்டே மாட்டின் மணிவாரை அடிப்பது சிரமமாக இருந்திருக்கும். இரண்டு பக்கமும் குச்சிகளை நட்டுவார்களைத் தொங்க வைத்து அடிக்கிறான். விறைப்பு கிடைக்கவில்லை. யோசிக்கிறான். பனையேறிகள் தங்கள் தோள்களிலே எப்போதும் ஒரு வகையான நீண்ட சப்பட்டையான கம்புகளை வைத்திருப்பார்கள். பெரும்பாலும் அந்தக் கம்புகள் கூந்தப் பனையிலிருந்து எடுக்கப் பட்டவையாக இருக்கும். இந்தக் கம்புகள் எவ்வளவு பாரம் சுமந்தாலும் வில்போல் வளையுமே ஒழிய ஒடியாது. அந்தக் கூந்தப்பனைக்கம்பை எடுத்து வில்போன்று வளைத்து அரை

வட்டமாக்கி பனை நார்கொண்டு இழுத்துக் கட்டுகிறான். அதிலே சலங்கைகளைக் கட்டி தட்டுகிறான். 'கணீர்' என்ற ஓசையுடன் விறைப்புக் கிடைக்கிறது. விறைப்புக்கேற்ற பெரிய குச்சியாக, மாட்டின் கழுத்தில் பூட்டப்படும் தும்புக் குச்சு (கைப்பிடி சிறுத்த நுனி பெருத்தது) வில்லை அடிக்கும் வீசுகோலாக அடிக்க சலங்கை ஒலி இப்போது பிரமாதமாகக் கேட்கிறது. போதுமான விறைப்புக் கிடைத்ததால், வீசுகோல் வீச்சில் மணிகளின் நாதம் கச்சிதமாகப் பொருந்துகிறது. மண்குடத்தின் அடியில் வைக்கும் 'புரிமனை'யாக பனஞ் சில்லாட்டையை வட்டமாக வைத்துக் குடத்தை அசையாமல் ஒரே இடத்தில் நிறுத்துகிறான். இப்போது முதன்முதலாக வில்லிசை பிறந்துவிட்டது. வில்கள் இன்றும் கூந்தப் பனையில்தான் செய்யப்படுகின்றன. வில்லின் கட்டும் நரம்பு பிச்சைக்குட்டி காலம்வரை பனைநாரால்தான் கட்டப்பட்டிருந்தது.

நாள்கள் நகர்கின்றன. இரண்டு பனங்குடுக்கைகள், காய்ந்து உலர்ந்தவை, அல்லது இரண்டு சிரட்டைகள், பின்பக்கம் ஒன்று சேரும்படி இணைந்துவிட்டால் இடை சிறுத்து, இருபக்க வாயும் அகன்று இருக்கிறது. முயல்போன்ற வேட்டைப் பிராணிகளின் தோலால் மூடி அடைக்கிறான். வில்லுப்பாட்டுக்கான உடுக்கை தயாராகிவிட்டது. இவை ஒவ்வொன்றாய்ச் சேர்ந்து ஒரு இசை வடிவம் கைகூட பல நாள்கள் அல்லது பல மாதங்கள்கூட ஆகியிருக்கலாம். ஒரே நிமிடத்தில் அல்லது நாளில் என்பதெல்லாம் கற்பனையே.

இறந்துபோன மனிதர்கள், வீரச்செயல் புரிந்தவர்களின் கதைகள் நாளாவட்டத்தில் மறைந்து பேய்களையும் முனிகளையும் அடக்கி யாளும் சிறு தெய்வங்களான சுடலை மாடன், இசக்கி, அய்யனார் போன்ற காவல் தெய்வங்களைப் பாடுகிறார்கள். பனைமர நிழலில் நேரம் கிடைக்கும் போதெல்லாம் பாடிப்பாடி வளர்கிறது வில்லிசை. தோவாளை சுந்தரம் பிள்ளையின் கைக்கு வில்லிசை வரும்வரை சிறு தெய்வ அதாவது நாட்டார் தெய்வ வழிபாட்டுப் பாடல்கள் தவிர்த்து எந்தவொரு பெருந்தெய்வம் பற்றிய கதையும் வில்லிசையில் பாடப் பெற்றதாக வரலாறு இல்லை. பனங்கூட்டத்தின் மூலையில் இருந்து பல மைல்கள் தள்ளியிருக்கும் இன்னொரு பனங் கூட்டத்திற்குச் சென்று அங்கே உள்ள மக்களிடம் வில்லிசைக் கலையை நிகழ்த்தியிருக்க வேண்டும்.

இவ்வாறு ஆண்டாண்டுக் காலமாய் வில்லிசை காட்டுக்குள்ளேயே நிகழ்த்தப்பட்டு வந்தும்கூட அக்கலை காட்டைவிட்டு வெளியே

வந்து ஒரு சமூக அங்கீகாரத்துடன் பரவலாகப் பரவ முடியவில்லை. காரணம் இக்கலையைக் கையாண்டு வரும் பனையேறி நாடார் சமுதாயம் அன்றைய காலகட்டத்தில் சமூக உரிமைகள் மறுக்கப்பட்ட சமுதாயம் (ஆலய வழிபாடு மறுக்கப்பட்டிருக்கிறது. பெண்கள் மாராப்புச் சேலை அணிய மறுக்கப்பட்டிருக் கிறார்கள்). சமூகத்தால் புறக்கணிக்கப்பட்ட, ஒரு ஒடுக்கப்பட்ட சமுதாயமாக இருந்த காரணத்தால்தான் மற்றச் சமூக மக்களின் அங்கீகாரமும் ஆதரவும் கிடைக்காமல், இக்கலை அவர்களுக் குள்ளேயே, குறிப்பாக காடுகளுக்குள்ளேயே இலைமறை காய்மறையாக வளர்ந்து வந்திருக்கிறது.

கால ஓட்டத்தில் நாடார் சமுதாய மக்களின் உக்கிரமான போராட்டம், வேறு இனத்தவரும் இக்கலையைக் கையாண்ட சூழல் இவற்றால் இக்கலை வெளி உலகிற்கு வந்து சமூக அங்கீகாரம் பெற்று, பலப்பல புதிய இசைக் கருவிகளையும் சேர்த்துக்கொண்டு, பெருந்தெய்வ வழிபாட்டுக் கதைகள், முக்கிய விஷயங்களைப் பிரச்சாரம் செய்யும் பாடல்கள் என்று தமிழ்நாடெங்கும் பரவி கால ஓட்டத்தோடு இணைந்து கொஞ்சம் நவீனமாகி, இது ஒரு நாட்டார் கலை வடிவம் என்பதே மறந்துபோயிற்று.

*ராமாயணம், மகாபாரதம், சிலப்பதிகாரம், அரிச்சந்திரன் கதை, பாஞ்சாலி சபதம், வாலி மோட்சம், நளன் கதை* என்று பெருந்தெய்வ வழிபாட்டுப் பாடல்களுக்கே முக்கியத்துவம் கொடுத்துப் பாடப்படும் கலையாக மாறியுள்ளது. அரசு நிறுவனங்களும் தங்களுடைய பிரச்சாரங்களுக்கு அவ்வப்போது வில்லிசையைப் பயன்படுத்துகின்றன. குடும்பக் கட்டுப்பாடு, எய்ட்ஸ் நோய், சுற்றுப்புறச் சூழல், தீண்டாமை போன்ற பிரச்சினைகளை விளக்கி வில்லிசையில் பாடல்கள் பாடப்படுகின்றன.

ஆக இந்த வில்லிசை என்பது சில ஆய்வாளர்கள் கூறியிருப்பது போல் வேட்டைக்குப் போன மன்னன் ஞானோதயம் பெற்றதால் ஒரே நாளில் உருவான கலையல்ல. இன்னும் சிலர் கூறுவதுபோல் போர்க் காலங்களில் வீரர்கள் ஓய்வெடுக்கும்போது பொழுதைக் கழிக்கவும் சக வீரர்களை உற்சாகமூட்டவும் போரில் பயன் படுத்தியது அல்ல, இசைக் கருவியாக மாற்றி அடித்ததால், ஏற்பட்ட கலையல்ல. வேட்டைக்குப் போகும்போது புதருக்குள் மறைந்திருக்கும் வேட்டைப் பிராணிகளை வெளியேற்ற எழுப்பிய ஓசையால் வந்த கலையுமல்ல. கடுமையான உடல் உழைப்பாளிகளான பனையேறி

நாடார்களால் தங்கள் உழைப்பின் களைப்பை மறக்க, தங்களின் தனிமையை மறக்க தங்களின் உழைப்புக் கருவிகளைக் கொண்டே உருவாக்கப்பட்டு பனைமரங்களின் அடியிலே, கள்ளுண்ட போதையிலே, நிலவொளியிலே உருவாகி, காலம் செல்லச்செல்ல வளர்ந்து நாடெங்கும் வியாபித்த எளிய இனிய நாட்டார் கலை என்பதே சரியாகும்.

சமீப காலமாக, தப்புாட்டம், பறையாட்டம் என்று சொல்லக்கூடிய ஒரு வகையான ஆட்டத்தை நாம் காணலாம். இதில் பயன் படுத்தப்படுவன இரண்டே இரண்டு கருவிகளே. தோல் கருவியான பறையும் சலங்கையும் மட்டுமே. பறை என்கிற தோல் கருவி ஒரு பழமையான வாத்தியக் கருவி. சங்க இலக்கியங்களில் பெரும்பாலான இடங்களில் இந்தக் கருவி பாடப்பெற்றுக் குறிப்பிடப் பட்டுள்ளது.

பின்னர் இப்பறை என்னும் கருவி காலப்போக்கில் சாவு வீட்டில் அடிக்கப்படும் கருவியாகவும், குறிப்பாக 'தலித்' இன மக்களால் கையாளப்படும் கருவியாகவும் மாறிப் போனதன் விளைவு இந்தப் பறையாட்டம் சமூக நீரோட்டத்தில் கலக்க முடியாமல் 'தலித்' இன மக்களுக்குள்ளேயே ஆடப்பட்டு வந்தது. இந்தக் கலையைக் கையாளும் தலித்துக்களோ தங்களின் சமூக உரிமைக்காகப் போராடிக் கொண்டிருக்கிறார்கள். இன்றைய காலகட்டத்தில் சட்டபூர்வ பாதுகாப்பு, ஓரளவு போராட்டங்களால் சமூக அங்கீகாரத்தை லட்சியமாக வைத்துப் பொருளாதார ரீதியிலும் முன்னேறிக் கொண்டிருக்கிறார்கள். பறையாட்டமும் வெளியேவர ஆரம்பித்து இன்று பொது இடங்களில், திரைப்படங்களில், தொலைக்காட்சிகளில் வானொலிகளில் என்று தாராளமாகத் தனது இடத்தைப் பிடித்து, கலை வடிவமாக வலம் வருகிறது.

இதேபோல் இன்னொரு அருமையான பழமையான கூத்து சமீப காலமாகத்தான் வெளி உலகுக்குத் தெரிய வந்திருக்கிறது. இதுவும் தோல் கருவியால் நிகழ்த்தப் பெறும் கூத்து. ஏராளமான அடவு களையும் நுணுக்கங்களையும் கொண்ட மிகப் பழமையான கூத்து. 'தேவராட்டம்' என்று அழைக்கக் கூடிய குறிப்பிட்ட ஒரு இனத்தவரால் மட்டுமே ஆடப்படும் ஆட்டம். கம்பளத்து நாயக்கர் இன மக்களில் 'சில்லவார்' என்று சொல்லக்கூடிய ஒரு பிரிவினர் மட்டுமே இந்த ஆட்டத்தை நிகழ்த்துகிறார்கள். இவ்வின மக்களில் சில ஜமீன்தார்களும் உண்டு. அந்த ஜமீன்களில் வீட்டு விசேஷங்கள் பெரும்பாலும்

கோட்டைக்குள்ளேயே நடைபெறுவதால், இந்தக் கூத்தும் கோட்டைக்குள்ளேயே பல ஆண்டுகள் நிகழ்த்தப்பட்டு, பின்பு ஜமீன்கள் ஒழிந்த பின்னர் அவ்வின மக்கள் வசிக்கும் ஊர்களில் மட்டுமே நிகழ்த்தப்பட்டு, இன்று பொது இடங்களிலும், சினிமா, தொலைக்காட்சி போன்ற தொடர்பு சாதனங்களிலும் இடம்பிடித்து, முழுமையான பொதுத்தன்மையை இப்போதுதான் அடைந் திருக்கிறது. அவ்வின மக்களும் தங்களுடைய செல்வாக்கான பொற்காலத்தை இழந்து மக்களோடு மக்களாகக் கலந்து உழைப்பாளி களாக மாறி வாழ்ந்துவருகிறார்கள். குறிப்பிட்ட ஒரு சமூகத்தின் கலாச்சார அடையாளங்களாக உள்ள சில சடங்குகள் மாதிரிதான் சில கலைகளும் வெளியுலகுக்குத் தெரியாமல் பின்னர் கால வெள்ளத்தில் சமுதாய நீரோட்டத்தில் கலந்து பொதுத்தன்மையை அடைந்திருக்கின்றன. நவீனமயமாகவும் மாறியிருக்கின்றன.

நாட்டுப்புறக் கலைகளின் இன்றைய நிலையைப் பற்றிக் கொஞ்சம் யோசித்தால் நமக்கு சில அதிர்ச்சியளிக்கக்கூடிய விஷயங்கள் கிடைக்கின்றன. ஏனெனில் பல்வேறு கூத்துக் கலைகள் இன்று அழிவின் விளிம்பிலே நின்று திணறிக்கொண்டிருக்கின்றன என்பது ஒவ்வொரு தமிழனும் வெட்கப்பட வேண்டிய விஷயம். 'பாவைக் கூத்து' என்னும் பழம் பெரும் தமிழகக் கிராமியக் கலையை ஆய்வு செய்த தஞ்சை தமிழ்ப் பல்கலைக்கழகப் பேராசிரியர் மு. இராமசாமி சொல்வதைக் கவனியுங்கள். அத்தனையும் அதிர்ச்சியளிக்கக்கூடிய விஷயங்கள். ஒவ்வொரு தமிழனும் தலைகுனிய வேண்டிய ஆபாசங்கள். 'இங்குக் கூத்தில் ஈடுபட்டவர் களுக்குப் போதிய வருமானம் இருப்பதில்லை. அவர்களுக்கு வேறு தொழில் ஏதும் தெரியாது. ஆகவே இவர்கள், ரிக்கார்ட் டான்ஸ் நடத்துகிறார்கள்; விபச்சாரம் செய்கிறார்கள்.'

'இதற்கு வறுமை போன்ற பொருளாதாரக் காரணங்களை மட்டும் கூறுவது முழு உண்மையாகாது. வறுமை எங்குதான் இல்லை? ஆந்திரா, கேரளா, கர்நாடகம், ஒரிஸா என்று எங்கும் வறுமைதான். ஆனால் இத்தகைய ஆபாசத்திற்கு வேறு எவரும் தள்ளப்படவில்லை. இதற்குப் பொறுப்பாளி நம் தமிழ்ச் சமூகம்தான். எந்தவொரு தரப்பிலிருந்தும் எதிர்ப்பும் கண்டனமும் கிளம்பியிருந்தாலும் இந்தக் கீழ்நிலை வந்திருக்காது. வறுமை நிலையிலும் சமூகச் செல்வாக்கு இழப்பிலும் தம் கலைக்கு உண்மையாக நடந்துகொள்ளும் தீவிரம், பிடிவாதம் கலைவுணர்வு கொண்டோரிடம் வெகு

சாதாரணமாகக் காணப்படுவது இயற்கை. வறுமையை, கலையுலகில் இருந்து கொண்டு எதிர்கொள்ளும் தீவிரம் ஒரு கலைஞனுக்கு இல்லையென்றால் கலையை உதறிவிட்டு வேறு மார்க்கங்களில் வறுமையை எதிர்கொள்ள முயல்வது நாம் புரிந்துகொள்ளக்கூடியது.

ஆனால் கலைப் போர்வையின் அடியிலேயே சீரழிவை வளர்த்துக் கொள்வது என்பதும் அதை நாமும் ஏற்றுக்கொள்வது என்பதும் நம் சமூகத்தில் சகஜமாக எல்லாத் துறைகளிலும் காணப்படும் சமீபத்திய நோய். நம் சமூகம், நம் சமீபத்திய சரித்திரம், நம் பார்வைகள், நம் மதிப்புகள், நம் பிரக்ஞை, பிரக்ஞையின்மையின் குணச்சித்திரம் இவையெல்லாம் காரணங்கள். தமிழ்நாட்டைப் பொறுத்தவரையில் இந்தச் சீரழிவு, தார்மீகச் சரிவு, பண்பாட்டுச் சரிவு அடித்தளமானது. இதன் மேல்தள நோய்க்குறிகள்தான் ஓர் ஆபாசமான வாழ்க்கை, வாழ்க்கை நோக்குகள், வெளிவேஷதாரித் தனம், பொய்மை, ஜாதித் துவேஷங்கள் இவை எல்லாம். வளமான மரபும் நீண்ட சரித்திரமும் கொண்ட ஒரு சமூகம் ஒரு நாற்பது வருட காலத்திற்குள் தன்னைத் தானே நாசமாக்கிக்கொள்வது என்று தீர்மானித்துச் செயல்படுவது சாத்தியமா? பெரும் ஆரவாரத்துடன், இரைச்சலுடன், கள்ளுண்ட மயக்கத்தின் மதர்ப்புடனும் தன்னை அழித்துக்கொண்டே செல்கிறது. இதில் வேதனை தரும் விஷயம் இந்த நாசத்தில், அதன் விரைவில், பெருக்கில் அது பெருமையும் கொள்கிறது என்பதே.

எந்த ஒரு நாட்டுப்புறக் கலையும் பல தளங்களில், பல ரூபங்களில் பலவகைப் பயன்களுக்கு இசைய இயங்கக்கூடியது. சிறுவர் உலகில், கோவில் பணியில், அரசியல், கல்வித் துறைகளில், காவியங்களின் உலகில், விளம்பரங்களில் எல்லாத் தளங்களிலும். ஆனாலும் முதல் காரியமாக இவற்றின் மீது படிந்துள்ள கசடுகள், ஆபாசங்கள் நீக்கப்பட வேண்டும். இவர்களை வறுமையிலிருந்து மீட்க வேண்டும். ஓரளவுக்கு குறைந்தபட்ச வருமானம் நிரந்தரமாக கிடைக்க வேண்டும்.

மீண்டும் புதிய முறையில் இவர்களுக்குப் பயிற்சி அளிக்கப்பட வேண்டும். புதிய உத்தி முறைகள் இவர்களுக்குக் கற்பிக்கப்பட வேண்டும். இதற்குச் சில இலட்சங்களே செலவாகும். குறைந்த செலவில் தயாரிக்கப்படும் திரைப்படங்களுக்கு அரசு ஆண்டுதோறும் அளிக்கும் பல இலட்சங்களில் சில இலட்சங்களை இவர்களுக்கு ஒதுக்கினால் ஒன்றும் குடி முழுகிப் போய்விடாது. அந்தச் சில இலட்சங்களால் சில வளமான பாரம்பரியமிக்க கலைகளை இன்றைய

ஆபாசத்திலிருந்தும் அழிவிலிருந்தும் மீட்டு மீண்டும் தமிழ் நாகரிகத்திற்கும் அளித்தவர்களாவோம். ‘இரண்டாயிரம் ஆண்டுப் பழமை’ என்றும் ‘கல்தோன்றி மண்தோன்றிய காலத்திற்கு முன் தோன்றிய மூத்த தமிழ்’ என்றும் பேசுவதற்கு அருகதை உள்ளவர் களாவோம்.

இந்தச் சிறு புத்தகத்தை எழுத எனக்குப் பல்வேறு தகவல்களைச் சொன்ன பெரியவர்கள், உலகத் தமிழாராய்ச்சி மையத்தின் இயக்குநர் இராமர் இளங்கோ, எழுத்தாளர் வெங்கட் சாமிநாதன், ஒய்வுபெற்ற பேராசிரியர் ஞா. இராசமாணிக்கம் (கோவில்பட்டி), நண்பர்கள் தேவதச்சன், சமயவேல், சரவணன், முப்பதாண்டுகளாகக் கிராமங்களில் நாடகங்களை நடத்திவரும் நண்பர் எம். சரக்குட்டி (கோவில்பட்டி) ஆகியோருக்கு என்னுடைய மனமார்ந்த நன்றி.

சோ. தர்மன்

வில்லிசை வேந்தர்
## பிச்சைக்குட்டி

# 1
## அறிமுகம்

'வில்லிசை வேந்தர்' (நெல்லை சங்கீத நாடக சபா) 'வில்லிசை அரசு' (குன்றக்குடி ஆதீனம்) 'வில்லுப்பாட்டு பிரவீணா,' 'வில்லுப்பாட்டு விஷாரதர்' (இந்த இரண்டும் வேதாந்த சர்வகலாசாலை, ரிஷிகேஸ்) 'திருவாவடுதுறை ஆதினப் புலவர்' 'கலைமாமணி' (தமிழக அரசால் 1971இல் வழங்கப்பட்டது) 'டாக்டர்' (ஓமியோபதி மருத்துவ டிப்ளமோ பட்டம், டாக்டராகப் பணியும் செய்ததுண்டு). சாத்தூர் ஆயிர வைசிய உயர்நிலைப் பள்ளியில் ஆசிரியராகப் பணியாற்றியவர்.

ஆக வில்லிசை வேந்தர், வில்லிசை அரசு, வில்லுப்பாட்டு விஷாரதர் திருவாவடுதுறை ஆதினப் புலவர், கலைமாமணி, டாக்டர், ஆசிரியர் ச.பா. பிச்சைக்குட்டி அவர்கள்; வேந்தர் அவர்களின் வில்லிசைக் குழுவில் வேந்தரால் உயர்ந்த மதிப்பைப் பெற்ற மக்களால் 'அய்யன்னா' என்று அழைக்கப்பட்ட சின்னக்காமன் பட்டியைச் சேர்ந்த உயர்திரு. அய்யப்ப நாயக்கர் அவர்கள்.

இவர் வேந்தருக்குப் பின்பாட்டுப் பாடும் கலைஞர். தொடக்க நாள்களில் பூவலிங்கம் பின்னர் மாரிமுத்தான் என்று அழைக்கப்பட்ட கன்னிச்சேரியைச் சேர்ந்த மாரிமுத்து. இவர் வேந்தரின் இறுதிக் காலம்வரை குடம் வாசித்தவர். மீனாட்சி என்று செல்லமாக அழைக்கப்பட்ட நென்மேனி கிராமத்தைச் சேர்ந்த மீனாட்சி சுந்தரம். உடுக்கு வாசித்தவர். பொன்னப்பன் என்று அழைக்கப்பட்ட பொன்னப்பா டோலக் வாசித்தவர். ஜெகன்னாதன் பசுவந்தனை என்னும் ஊரைச் சேர்ந்தவர். ஆர்மோனியம் வாசிப்பதில் பெரிய கெட்டிக்காரர்.

இவர்களைத் தவிர பிற்காலத்தில் மெல்லிசை மன்னர் எம்.எஸ். விஸ்வநாதன் அவர்களது இசைக்குழுவில் இடம் பெற்ற விருதை மீரா. பின்பாட்டு அய்யன்னா இல்லாத போது முத்தையா தரகனார்.

டோலக் பொன்னப்பன் டிமிக்கு கொடுக்கும் போதெல்லாம் டோலக் வாசிக்க வருபவர் கருப்பூர் கோடையிடி அப்பாவு. இவர்கள் போக எதற்கும் ஈடு கட்டி வந்த கோவில்பட்டி சின்னப்பா சகலகலா வல்லவர் (இவர் வேந்தர் மறைவுக்குப் பிறகு வில்லிசையில் தேர்ந்து எம்ஜிஆர் காலத்தில் 'கலைமாமணி' பட்டம் பெற்றவர், டோலக் வாசிக்கும் பொன்னப்பாவின் உடன்பிறந்த சகோதரர்) மற்றும் வேந்தரின் நண்பர்கள் கோவில்பட்டி எஸ்கேடி சவுந்திரபாண்டியன், பாலமுருகன் செட்டியார், கந்தசாமி செட்டியார், லேனா என்கிற லட்சுமணன் செட்டியார், வேந்தர் பெருமளவுக்கு மதித்து வந்த 'மெடிக்கல்' மணி அண்ணாச்சி என ஒரு பட்டியலே உண்டு. கோவில்பட்டியில்தான் வேந்தருக்கு நண்பர்கள் அதிகம்.

கோவில்பட்டி அருகில் உள்ள கரிசல்குளத்தில் பிறந்து கோவில் பட்டியில் வளர்ந்து, படித்து, தொழிற்சங்கவாதியாகத் திகழ்ந்தார். பின்னர் சாத்தூர் வந்து ஆசிரியராக, ஓமியோபதி மருத்துவராகப் பணி செய்தார். அதன் பின்னரே முழுநேர வில்லுப் பாட்டுக்காரராக வாழ்ந்து மறைந்தார். சமகாலத்தில் வாழ்ந்த அவருடைய நண்பர்கள் என்று எடுத்துக்கொண்டால் தமிழ்நாட்டிலுள்ள அத்தனை முக்கியஸ்தர்களும் அவருக்கு நண்பர்களே.

கு.அழகிரிசாமி, கி. ராஜநாராயணன், தொ.மு.சி. ரகுநாதன் (இந்த மூன்று எழுத்தாளர்களும் சாகித்திய அகாடெமி விருது பெற்றவர்கள்), நடிகமணி டி.வி.நாராயணசாமி, இலக்கிய குரு ரசிகமணி டி.கே. சிதம்பர முதலியார், எட்டயபுரம் முத்துகிருஷ்ணன், பேராசிரியர் அ. சீனிவாச ராகவன் (சாகித்திய அகாடெமி விருது பெற்றவர்) ஜஸ்டிஸ் மகாராஜபிள்ளை, ராஜாஜி, அண்ணாதுரை, சா. கணேசன், ஜீவா, பாலதண்டாயுதம், மோகன் குமாரமங்கலம், பாளை சண்முகம், தொழில் அதிபர்கள் கருமுத்து தியாகராசன் செட்டியார், ராஜபாளையம் ராமசுப்பிரமணிய ராஜா (இவர்கள் தந்தையார் பி. ஏ. சி. ராமசாமி ராஜாவின் சரிதையை வில்லிசைத்தார்) கோவில் பட்டி மேட்டுக்கடை சேதுராமலிங்கம் செட்டியார், தமிழ்க்கடல் ராய சொக்கலிங்கம், திரைவுலகில் இலட்சிய நடிகர் எஸ்.எஸ். ராஜேந்திரன், கலைவாணர் என்.எஸ். கிருஷ்ணன், டி.ஏ. மதுரம் அம்மையார், கே.பி. சுந்தரம்பாள் ஆகியோரும் இவருடைய நண்பர்களே. ஆன்மிக வாதிகளில் திருவாவடுதுறை, திருப்பனந்தாள், குன்றக்குடி, மதுரை ஆதீனங்கள், காஞ்சி காமகோடி பீடாதிபதி, ரிஷிகேஷ் சிவானந்த சரஸ்வதி ஆகியோர்.

மலேசியா, இலங்கை முதலிய வெளிநாடுகளில் வில்லிசையைப் பரப்பியவர். எழுத்தாளர் கல்கி அவர்களால் பாராட்டப் பெற்றவர். நேரு காலத்தில் அமைச்சர் கேங்கர் அவர்களால் பரிசு பெற்றவர். இந்தியாவெங்கும் நிகழ்ச்சி நடத்தியவர். ஏசுபிரான் கதையை வில்லிசையில் பாடியவர்.

நெல்லை அய்யம்பிள்ளையின் வில்லுப்பாட்டில் லயித்து தானே இதைச் செய்தால் என்ன என்று யோசித்து ஆசிரியர் பணி, மருத்துவர் பணி இரண்டையும் உதறிவிட்டு முழுநேர வில்லிசைக் கலைஞரானார். இன்றுவரை தென் மாவட்டங்களில் பெரும்பாலும் கோவில்பட்டி கலைமாமணி சின்னப்பா முதல் சிவகாசி காந்திமதிவரை பல வில்லிசைக் கலைஞர்கள் வேந்தரது மெட்டுகளைப் பாடி அவரை நினைவுபடுத்தி வருவது ஒரு மகிழ்ச்சியான விசயம். வேந்தர் அவர்கள், தானே பாடல்கள் இயற்றி, மெட்டுக்கள் அமைத்துப் பாடுவார். கர்நாடக சங்கீதம் கற்றவர்கள்.

வேந்தர் பிச்சைக்குட்டி அவர்களுக்கு ஆறு மகன்களும் ஒரு மகளும் உண்டு. மூத்தவர் சுப்பிரமணியன். பெரம்பலூர் மாவட்டம் வேப்பந்தட்டை ஊராட்சி ஒன்றியத்தில் சாலை ஆய்வாளராகப் பணியாற்றுகிறார். இரண்டாமவர் விஸ்வநாதன், சாத்தூர் பாண்டியன் கிராம வங்கியில் எழுத்தர். மூன்றாவது பார்வதிநாதன். தன் தந்தையைப் போலவே அருமையாய் வில்லிசை பாடியவர். திடீரெனக் காலமாகிவிட்டார். நான்காவது சண்முகநாதன். இவர் சாத்தூரில் எக்ஸ்ரே ரத்தப்பரிசோதனை மையம் வைத்துத் தொழில் செய்கிறார். ஐந்தாவது சுவாமிநாதன், ஆடியோ கேசட் ரிக்கார்டிங் தொழிலுடன் வில்லிசையும் செய்து வருகிறார். ஆறாவது சபரிநாதன். பெரம்பலூரில் தனியார் நிதியுதவி கம்பெனியில் வேலை. ஒரேயொரு மகள் ஏழாவது. பெயர் சங்கரேஸ்வரி. கணவன் சென்னையில் வருமானவரி அலுவலக அதிகாரியாகப் பணிபுரிகிறார்.

## 2
## காஞ்சிப் பெரியவர்களும் வேந்தரும்

வேந்தர் அவர்கள் காலமாகும்வரை காஞ்சி மடத்துடனும், காஞ்சிப் பெரியவர்களுடனும் நல்ல நட்பையும் ஆதரவையும் பெற்றிருந்தார்கள். கச்சேரி செய்யும்போது மடத்துடன் சம்மந்தப்பட்ட விஷயங்களைச் சொல்லமாட்டார். ஆனால் ஓய்வு நேரங்களில் நண்பர்களிடம் முக்கியஸ்தர்களிடம் பேசிக்கொண்டிருக்கும்போது பெரியவர்கள் பற்றியும் காஞ்சி மடம் பற்றியும் விஷயங்களைப் பேசுவார்கள்.

காஞ்சிமட பெரியவர்களின் வேத ஆகம வித்வத் சதஸ் அன்று ஆண்டுதோறும் பத்துப் பதினைந்து நாள் விழா எடுப்பார்கள். சதஸ் நடைபெறும் தேதிகளும் இரண்டு மாதத்திற்கு முன்பே நிகழ்ச்சி நிரல்களும் அழைப்புக்களும் சிற்பக்கலை வல்லுநர்கள், வேத விற்பன்னர்கள், கலைஞர்கள் ஆகியோருக்கு வந்துவிடும். இவர்களில் சிற்பிகள், வேதியர்கள் மட்டுமே சதஸ் நடக்கும் நாள்கள் முழுவதும் கலந்துகொண்டு மடத்தில் அளிக்கும் சன்மானங்கள், சால்வைகள் பெற்றுத் திரும்புவர். கலைஞர்கள் மட்டும் அவர்களுக்கு நியமிக்கப் பட்டிருக்கும் நிகழ்ச்சிகள் முடியவும் சன்மானம், சால்வைகள் அளிக்கப்பட்டுத் திரும்புவர். கலைஞர்கள் என்றால் பெரும்பாலும் நாதஸ்வரக் கலைஞர்கள், சங்கு வாத்தியம், கரகாட்டம், வில்லிசை, உபந்நியாசகர்கள், கர்நாடக சங்கீதம், பொம்மலாட்டம் இவை நடத்துபவர்கள். இதில் கவனிக்க வேண்டியதும் முக்கியமானதுமான ஒரு விஷயத்தை வேந்தர் அவர்கள் அடிக்கடி குறிப்பிட்டுப் பேசுவார்கள்.

பொதுவாக காஞ்சி மடத்தைப்பற்றி ஒரு பேச்சு பரவலாக உண்டு. அதாவது பெரும்பாலும் பிராமணர்கள் மட்டும்தான் அதில் அதிகமாக ஈடுபாடு கொண்டு கலந்துகொள்கிறார்கள் என்று. ஆனால் எங்களைப்

போன்று அங்கு சதஸில் கலந்துகொண்டவர்களுக்குத்தான் மிக அதிசயமான சில உண்மைகள் தெரியும். அதாவது உணவு நேரத்தில் முதல் பந்தி, இரண்டாவது பந்தி, மூன்றாவது, நான்காவது என்று மொத்தம் நான்கு வகையாக அனுமதிக்கப்படுவார்கள். முதல் பந்தியில் அமர்ந்து உணவு உண்ணும் தகுதி சிற்பிகளுக்கே (சில்ப) உண்டு. இதில் பிராமணர்கள் ஏது? இரண்டாவது வேதம் ஓதுபவர்கள் (ஆகம). மூன்றாவது கலைஞர்கள் (வித்வத்). நான்காவது மற்றப் பொதுமக்கள் அனைவரும். இந்த விஷயம் அனேகர்களுக்குத் தெரிய வாய்ப்பில்லை. காஞ்சிமடத்தில் பக்தியும் நம்பிக்கையும் உடையவர்கள் அதிகமாகப் பிராமணர்களாக இருப்பது ஒரு குற்றம் எனக் கொள்வதற்கில்லை. ஆனால் மடத்துக்கு வருபவர்கள் அனைவரும் பிராமணர்கள் என்பதும் சரியில்லை.

காஞ்சிப் பெரியவர் மிகவும் விசாலமான மனம் உடையவர்கள். ஒருமுறை வேந்தரும் அவருடைய குழுவினரும் சென்னைக்குப் பிரயாணம் போய்க்கொண்டிருந்த போது, பெரியவர்கள் மதுராந்தகத்தில் முகாமிட்டிருக்கும் விஷயம் கேள்விப்பட்டு அவர்களைத் தரிசித்துவிட்டுப் பயணத்தைத் தொடரலாம் என எண்ணிப் போனார்கள். உடனே உத்தரவு கிடைத்தது. உள்ளே போகிறார்கள். அதுசமயம் சுவாமிகள் கையில் தற்போதுள்ள பத்து பைசா அளவிலான தங்கக் காசுகளை வைத்துக்கொண்டு கைநிறைய மாற்றி மாற்றிப் போட்டுப் பிடித்துக்கொண்டிருந்தார்கள். வேந்தர் அவர்கள் உள்ளே நுழைந்ததும், 'அடடே வா, வா' என்று சொன்னவர்கள், வேந்தரிடம் 'இந்தா பிடி' என்று அவருடைய கைகளில் தங்கக் காசுகளை அள்ளிப் போட்டார்கள். போட்டுவிட்டு 'எனக்கு எதுக்கு தங்கமும் வெள்ளியும். நீ சதஸில் உட்கார்ந்து கச்சேரி செய்பவன், என்ன செய்யறே ஒரு காசு, ஒரு சிவப்புக்கல், ஒரு காசு ஒரு சிவப்புக்கல் என்று தங்கத்தில் தோடா செய்து வலது கையில் அணிந்து வில்லின் வீசுகோலை வீசும்போது சதஸில் அம்சமாக இருக்கும்' என்றார்.

யாருக்கு வரும் இந்த மனசு, காசுகளைக் கொடுத்தவுடன் அவற்றை எப்படி அணிய வேண்டும் என்று ஒரு யோசனையும் கூறினாரே! யாருக்குக் கிடைக்கும் மகானின் யோசனை. அதுபோல்வே ஊர் திரும்பியதும் வேந்தருக்கு எப்போதும் வாடிக்கையாக நகைகள் செய்யும் சாத்தூர் நடராஜ ஆச்சாரி அவர்களிடம் கொடுத்து சுவாமிகள் சொன்ன மாதிரியே தோடா செய்து அணிந்துகொண்டார். தனது

வாழ்நாள் முழுவதும் அந்தத் தோடாவைக் கட்டாமல் கச்சேரிக்குப் போனதே இல்லை. பெற்ற தாய் தந்தையர்கள் தனது பிள்ளைகளுக்கு நகைகள் அணிவித்து அழகு பார்ப்பது போல ஒரு கலைஞனுக்கு ஒரு மடாதிபதி அழகு பார்க்கிறார் என்றால், மடாலயங்கள் கலைஞர்களின் தாய்வீடு என்பது மிகையான கூற்றல்ல.

இன்னொரு சமயம் வேந்தர் அவர்கள் சுவாமிகளைச் சந்தித்து நமஸ்கரித்தவுடன் சுவாமிகள் கேட்டார். 'எப்படி இருக்க, நன்னா இருக்கியா, கச்சேரி நிறைய வர்றதா' என்றார்.

உடனே வேந்தர் அவர்கள், 'தங்களின் மேலான ஆசியால் எனக்கு ஒரு குறையுமில்லை. மாசம் பத்துப் பதினைந்து நிகழ்ச்சி களுக்குக் குறையாமல் செய்கிறேன்' என்று சொல்லிவிட்டு ஏதோ சொல்ல வந்தவர் சிறிது தயங்கினார்.

'சொல்லு, வேற என்ன, தயங்காம சொல்லு' என்றார்.

'வேறொன்றுமில்ல சுவாமி, தொடர்ந்து மூன்றுநாள் நிகழ்ச்சி செய்ய இயலவில்லை. மூன்றாம் நாளில் தொண்டை கட்டிவிடுகிறது. அந்த நாள்களில் கச்சேரி வாய்ப்பு வந்தாலும் போக முடிவது இல்லை.'

அதற்கு சுவாமிகள் 'அதுவா அது சரியாப் போய்விடும் போ' என்றார்.

அன்றைய தினத்திலிருந்து தொடர்ந்து பத்து நாள்கள் கச்சேரிக்குப் போய்ப் பாடினாலும் தொண்டைக்கட்டு வரவே இல்லை. இது என்ன மாயம். 'சரியாப் போய்விடும் போ' என்று சொன்ன வார்த்தைக்கா இவ்வளவு மகிமை என்று வேந்தர் ஒவ்வொருவரிடம் சொல்லி வியக்காத நாள் இல்லை. வேந்தர் பிச்சைக்குட்டியின் குரல் வளத்திற்கு இப்படியொரு காரணம் இருந்திருக்கிறது என்பது நமக்குத் தெரிய வில்லை. ஆனால் அது உண்மையில் தெய்வீகக் குரல்தான்.

# 3

## ஆலமுண்ட திருநீலகண்டன்

கிராமியக் கலையான வில்லிசையை இந்தியா எங்கும் எடுத்துச் சென்று பரப்பியவர் வேந்தர் அவர்கள். செகந்திராபாத்தில் காஞ்சி காமகோடி பீடாதிபதிகளின் சதஸ் திருவிழா. அன்று பெருமான் மண்சுமந்த கதை (மாணிக்கவாசகர்). நரி பரியாகி, பரி நரியானதும் மாணிக்கவாசகர் சிறையில், 'என்ன பாவம் பண்ணினேன் இறைவா, உனக்குத் திருக்கோவில் எடுத்ததைத் தவிர' என்கிறார். இறைவன் சீற்றம், வைகை உடைப்பெடுத்தது. வீட்டுக்கு ஒரு ஆள் சென்று உடைப்பை அடைக்க வேண்டும் என்பது மன்னன் கட்டளை. பிட்டு விற்று வயிறு பிழைக்கும் வந்திக் கிழவிக்கு உடைப்பை அடைக்கச் செல்ல ஆள் இல்லை. கூலித் தொழிலாளியாக மாறி சிவபெருமான் வருகிறார். கையிலே மண்வெட்டி, கூடை. வந்திக் கிழவியிடம் பேசுகிறான் இறைவன்.

'ஏய் கிழவி, உன் பங்குக்கு நான் போய் உடைப்பை அடைப்பேன். எனக்குக் கூலி என்ன தருவாய்' பரமனின் கேள்வி.

'இந்தப் பிட்டு விற்றுத்தான் நான் என்னுடைய அரை வயிற்றை யாவது கழுவி வருகிறேன், வேண்டுமானால் பிட்டு உதிர்த்துத் தருகிறேன்.'

பரமனுக்குப் பரம சந்தோஷம்.

'சரி பாட்டி, இப்போ கொஞ்சம் கொடு, ரொம்பப் பசிக்குது. சாப்பிட்டுட்டுப் போய் வேலை செய்கிறேன்.'

வந்திக்கிழவிக்கு இரக்கம். பாவம் யார் பெற்ற பிள்ளையோ, நமக்காக ஆற்றுக்குப் போகிறேன் என்கிறான் என்று நினைத்து, 'இந்தாப்பா' என்று நீட்டிய கைகளில் உதிர்ந்த பிட்டைப் போடுகிறார்.

இறைவனோ ஒரே வாயில் சாப்பிட்டுவிட்டு 'பாட்டி எங்கே இன்னும் கொஞ்சம்' என்கிறான். இன்னும் கொஞ்சமா? ஆலகால விஷத்தையே உண்டவன் ஆயிற்றே. இனிப்பான பிட்டை விடுவானா? 'இன்னும் கொஞ்சம்' எனக் கை நீட்டுகிறான்' வேந்தர் சொன்னதும் அவையில் ஒரே சிரிப்பு.

காலையில் சம்பாவணை பெற்று விடைபெறுதற்காக வேந்தர், டைப்பிஸ்ட் சார், அய்யனார் மூவரும் போகிறார்கள். வேறு யாரிடமோ பெரியவாள் பேசிக்கொண்டிருக்கிறார்கள். பேச்சில் நேற்று நடந்த நிகழ்ச்சி பற்றி வரவும் மூவரும் சற்றுத் தள்ளி நிற்கிறார்கள். பெரியவர்களின் பேச்சு வெளியே கேட்கிறது.

'ஆலமுண்ட திருநீலகண்டன் என்றால் எத்தனை பேருக்குத் தெரியும்? உபன்யாசம் கேட்டவர்களுக்கும் புராணம் படித்தவர்களுக்கும்தான் தெரியும். பாமர மக்களுக்குத் தெரியுமா? பிச்சைக்குட்டி என்னமாச் சொன்னார், பார்த்தேளா, ஆலகால விஷத்தையே உண்டவனாச்சே, இனிப்பாக இருக்கும் பிட்டை விடுவானா? படித்தவர், படிக்காதவர் அனைவருக்கும் புரிந்திருக்குமே! கதையை அப்படிக் கொண்டு போகணும். கல்யாணங்களில் சங்கீதக் கச்சேரி வைக்கிறதா. வைக்கட்டும் வேணாங்களே, சங்கீதத் வித்வான்களும் பிழைக்கணுமே. ஆனால் கல்யாணியையும் தோடியையும் அம்சா நந்தியையும் எத்தனை பேர் கண்டார்கள். தெரிந்தவா தலையாட்டுவா, தெரியாதவா துண்டை உதறிப் போட்டுக்கிட்டு வீட்டுக்குப் போவா.

இப்படி பக்தி புராணக் கதைகளை வைத்தால்தானே எல்லாருக்கும் தெய்வ நம்பிக்கையும் பக்தி பண்ணனும் என்ற எண்ணமும் ஏற்படும். ஒருத்தராவது நடுவில் எழுந்தாரா, பார்த்திருப்பீர்களே' என்று, பெரியவர்கள் வேந்தரைப்பற்றி சிலாகித்துக்கொண்டிருந்தார்கள். மூவரும் போய் தலையைக் காட்டவும் சந்தோஷத்துடன் பெரியவர்கள், 'வாப்பா பிச்சைக்குட்டி, மிகவும் நன்றாக இருந்தது' என்று சொல்லிவிட்டுச் சுற்றியிருந்தவர்களிடம், 'பிச்சைக்குட்டியிடம் பாஞ்சாலி சபதம் கேட்டிருக்கேளா' என்றார். இல்லை என்றார்கள் பவ்யமாக. உடனே நிகழ்ச்சி நிரல் பட்டியலைக்கொண்டு வரும்படி உத்தரவிட்டார். அன்றைக்கு சங்கு வாத்தியம்.

மறுநாள் மதுரை ஓம் பெரியசாமியின் கரகாட்டம். பெரியவர்கள் சொன்னார்கள் 'இன்னிக்கு மேடைக்கச்சேரி, நாளை கரகாட்டம் வீதியில்தானே நடக்கும், மேடை காலிதானே. பிச்சைக்குட்டி

ஒரு காரியம் பண்ணு. இன்னிக்கு ரெஸ்ட் ஜாகை வசதிதானே.' தலையாட்டினார். 'ஒரு கார் கொடுங்கள் பிச்சைக்குட்டிக்கு. ஐதராபாத் தெல்லாம் நன்றாகச் சுற்றிப்பார். இங்கே சாலார் ஜங் மியூசியம் பேமஸ். அதெல்லாம் பாருங்கள். நாளை பாஞ்சாலி சபதம் பண்ணிட்டுப் போ' என்று உத்தரவானது. வேந்தருக்குக் கசக்கவா செய்யும். சுளையாக ரூபாய் ஆயிரம்.

சிந்திரி, கல்கத்தா, மும்பை போன்ற இடங்களிலிருந்து வந்திருந்தவர் களையெல்லாம் அழைத்து பிச்சைக்குட்டியை அறிமுகப்படுத் தியதோடு 'வில்லுப்பாட்டை உங்கள் ஊருக்கெல்லாம் கொண்டு போங்கள். அங்கே நம் தமிழ் பேசறவா நெறய்யா இருக்கா, அவாளெல்லாம் அனுபவிக்க வேண்டாமா?' உத்தரவு என்ற சொல்லைத் தவிர மறு பேச்சில்லை. புது கார் ஒன்று கொடுக்கப் பட்டது. வேந்தரும் அவருடைய குழுவினரும் எல்லா இடங்களையும் சுற்றிப்பார்த்ததோடு, மறுநாள் பாஞ்சாலி சபதம் கச்சேரி பண்ணி விட்டுத் திரும்பினார்கள்.

வேந்தர் அவர்கள் கடைசிவரை காஞ்சிப் பெரியவர்களின் நன் மதிப்பைப் பெற்றிருந்தார்.

## 4
## காந்தி கதையில் பாப்பாங்குளம்

மக்களின் முக்கிய பொழுதுபோக்கு சாதனமாக வானொலி மட்டுமே இருந்த காலம். டி.வி.யெல்லாம் அறிமுகமாகவில்லை. ஒவ்வொரு கிராமத்திலும் பஞ்சாயத்து போர்டு ஆபிசில் வானொலியுடன் வெளியே ஸ்பீக்கரும் கட்டப்பட்டிருக்கும். மக்கள் கூட்டம் கூட்டமாக அமர்ந்து நிகழ்ச்சிகளைக் கேட்பார்கள். கிட்டத்தட்ட 35 ஆண்டுகளுக்கு முன்னால், காந்தி மகான் வரலாற்றை 16 மாதங்கள் அதாவது, 1965 நவம்பர் முதல் 1967 பிப்ரவரி முடிய வில்லிசையாகப் பாட வேண்டும். அதற்கு எவ்வளவு தொகை வேண்டும் என்று கேட்டு திருச்சி வானொலி நிலையத்தில் இருந்து வேந்தருக்குக் கடிதம் வருகிறது. அவருடைய குழுவினரைக் கலந்து வேந்தர் கணக்குப் போட்டு. நிகழ்ச்சிக்கு ரூபாய் 500. 16 பாகங்களுக்கும் சுமார் நான்கு முறையாவது திருச்சி போய் வரவேண்டும். நான்கு தடவை கச்சேரியிலேயே 16 பாகங்களையும் பதிவு செய்துகொள்ளலாம். ஆக நான்குமுறை வந்துபோக ரூபாய் 1000. ஒரு முறை பதிவு செய்ய ரூபாய் 500. ஆக நான்கு கச்சேரி ரேட் ரூபாய் 2000. மொத்தம் 3000 ரூபாய் வேண்டும் என்று பதில் அனுப்பினார்.

1965இல் இவ்வளவு பெரிய தொகை 'ஏ' கிளாஸ் ஆர்ட்டிஸ்டுக்கே கிடையாது. அதேபோல் 'காந்தி மகான்' கதையை 16 பாகங்களாகப் பிரித்து வில்லிசையில் பாட வேறு யாரும் கிடையாது. கடிதமும் போய்ப் பதிலும் இப்படி வந்தது.

'எங்கள் துறையில் இவ்வளவு அதிகத் தொகை தர சட்டம் இடம் தராது, அதிகபட்சம் ரூபாய் ஆயிரம்தான். அதுவும் மேலே எழுதித்தான் சாங்ஷன் வாங்க வேண்டும்.' கடிதத்தைப் படித்ததும் வேந்தர் அவர்கள் இவ்விதமாகப் பதில் எழுதினார்.

'ரூபாய் 3000 கொடுக்க உங்களுக்குப் பவர் இல்லை என்றால் மத்திய சர்க்காரில் யாருக்கு பவர் இருக்கிறதோ அவர்களை அணுகி அனுமதி வாங்குங்கள், ரேட்டைக் குறைக்க வழியில்லை.'

இந்தக் கடிதத்திற்குத் திருச்சி வானொலியிலிருந்து உடனடியாகப் பதில் வந்தது. வேந்தர் கடிதத்தைப் பிரிக்கிறார். படிக்கிறார். கடிதம் இவ்வாறு கூறியது.

'இந்திய ஜனாதிபதி அவர்களின் விசேஷ அனுமதியின் பேரில் நிகழ்ச்சிக்கு சன்மானம் ரூபாய் 2000. போக்குவரத்துக்கு ரூபாய் 1000. நீங்கள் கேட்டபடியே பிக்ஸ் செய்யப்பட்டுள்ளது. இத்துடன் அட்வான்ஸ் பணம் ரூபாய் 1000 அனுப்பி இருக்கிறோம்' என்று இருந்தது. வேந்தருக்கு சந்தோஷம், காந்தி மகானைப் பாடப் போகிறோம் என்று.

காந்தி மகானைப் பற்றிய அத்தனை புத்தகங்களையும் தேடி எடுத்து இல்லாத புத்தகங்களைப் புதிதாக விலைக்கு வாங்கி இந்தியச் சுதந்திரப் போராட்ட வரலாறுகள் அத்தனையையும் ஒன்றுசேர்த்து அந்த மகானின் வரலாற்றை வில்லுப்பாட்டுக்கு ஏற்ற வகையில் பாடல் களாகவும், வசனங்களாகவும் எழுத ஆரம்பித்தார். ஒரே நேரத்தில் பல்லாயிரக்கணக்கான மக்களையல்லவா சென்றடையப் போகிறது. ஆகவே வரலாறுகள் மாறிவிடாமலும் விட்டுப் போகாமலும் மிகக் கவனமாக அந்த வேலையில் ஈடுபட்டார். முதலில் 4 பாகங்கள் தயாரானதும் திருச்சிக்குப் போய் ரிக்கார்டிங் முடித்தார். ஒவ்வொரு மாதமும் ஒலிபரப்பும் ஆனது.

காந்தியின் வரலாற்றில் முக்கியமான ஒரு கட்டம். பஞ்சாப்பிலுள்ள ஜாலியன் வாலாபாக் என்ற இடத்தில் ஜெனரல் டயர் என்பவன் மூன்று பக்கமும் சுவர்களால் வளைக்கப்பட்ட இடத்தில் கூடிய பொதுமக்களைக் கண்மூடித்தனமாகச் சுட்ட கொடூர நிகழ்ச்சி. மக்களுக்கு ஓட வழியில்லை. சுதந்திரத்திற்காகக் கூடிய மக்கள் கூட்டம் தலையிலும் நெஞ்சிலும் குண்டடிபட்டுச் செத்து விழுகிறது. வேந்தர் இந்த இடத்தை மிக உணர்ச்சிகரமாகப் பாடுகிறார். 'சுட்டான் சுட்டான் சுட்டானே, கை சோரும்வரைச் சுட்டானே' என்று கண்ணிகள் தொடங்கி, பின்னர் வசனம். இந்தியா முழுவதும் பொங்கி எழுந்தது. வடக்கில் நேரு, படேல், சாவர்க்கார். தெற்கே விருதை காமராஜர், சென்னையில் தீரர் சத்தியமூர்த்தி, சேலத்தில் ராஜாஜி, செங்கல்பட்டில் பக்தவத்சலம், மதுரையில் வைத்யநாதய்யர், திருநெல்வேலி

பாப்பாங்குளத்தில் சொக்கலிங்கம் பிள்ளை எனப் பல தலைவர்கள் கண்டனக் கூட்டம் போட்டு தடியடிபட்டுக் கைதாகி, சிறை சென்றார்கள்.

சீறிப்பாய்ந்தார் தீரர் சத்தியமூர்த்தி
சேலத்திலே கூட்டினார் சக்கரவர்த்தி ராஜாஜி
செங்கல்பட்டில் எழுந்தாரே பக்தவத்சலமும்
மதுரையில் ஊர்வலம் வைத்யநாதய்யர்
விருதுநகர் காமராஜர் வீறுகொண்டு எழுந்தார்

'பாப்பாங்குளம் சொக்கலிங்கம் பதறித் துடித்தெழுந்தார்' என்று பாட்டும் கதையும் பிரமாதமாகப் போகிறது. இது வானொலியில் ஒலிபரப்பாகி இரண்டு நாள் கழித்து வேந்தருக்கு ஒரு தபால் வந்தது. 'எனது பெயர் சொக்கலிங்கம். ஊர் பாப்பாங்குளம். பஞ்சாப் படுகொலை நடந்ததும் நெல்லையில் ஊர்வலம் பொதுக்கூட்டம் நடத்தி வசமாக அடிபட்டவர்களில் நானும் ஒருவன். விடுதலை பெற்று காலம் மாறி, கிராமத்தில் பழையதை நினைத்துக்கொண்டு சீந்துவார் இல்லாமல் ஒதுங்கி வாழ்ந்து வருகிறேன்.

'ரேடியோவில் தாங்கள் பாடி வரும் காந்தி மகான் கதையைத் தொடர்ந்து கேட்டு வருகிறேன். சென்ற மாதத்தொடரில் பஞ்சாப் படுகொலையைத் தாங்கள் பாடியதில் எனது பெயரும், எனது ஊரின் பெயரும் வரவும் என்னைவிட என் குடும்பத்தாரும் எனது ஊர்க் காரர்களும் அடைந்த சந்தோஷத்திற்கு அளவே இல்லை. ஊர்க் காரர்கள் என்னை மதித்துப் பார்க்கும் பார்வை என் நெஞ்சை விட்டு அகலவில்லை. ஒரே நிமிடத்தில் நான் ஒரு புதிய பிறவி எடுத்ததைப் போல் உணர்கிறேன். அந்த அளவுக்கு மக்கள் என்னை மதிக்கிறார்கள். காரணம் உங்களுடைய அந்த ஒருவரிப் பாட்டு. எனக்கு ஒரு சின்ன ஆசை. இந்தப் பக்கம் எங்காவது நிகழ்ச்சிக்கு வந்தால் தெரியப்படுத்துங்கள். உங்களை வந்து சந்திக்க ஆசை. பார்த்தே ஆகணும், அவ்வளவுதான்' என்று கடிதத்தை முடித்திருந்தார்.

ஒரு மாதம் கழித்து அம்பாசமுத்திரத்தில் நிகழ்ச்சி. மங்களம் பாடி முடியவும் வண்டியை நேராகப் பாப்பாங்குளத்துக்கு விடச் சொல்கிறார் வேந்தர். எதிர்பாராத சொக்கலிங்கம் பிள்ளையின் கழுத்தில் ஒரு பெரிய ரோஜா மாலையைப் போட்டு வணங்கினார். ஒரு தட்டில் வெற்றிலை பாக்கு பழங்கள் வைத்து 100 ரூபாய் நோட்டு ஒன்றையும் வைத்து நீட்டினார் வேந்தர். தியாகி சொக்கலிங்கம் பிள்ளையோ வெற்றிலை பாக்கு பழங்களை மட்டும் எடுத்துக்

கொண்டு பணத்தை வாங்க மறுத்துவிட்டார். வேந்தர் சொல்கிறார்:

இது என்னுடைய சன்மானத்தில் எனக்குரிய பங்கில் தருவது. பணத் திமிரில் நான் தரவில்லை. ஒரு சுதந்திரப் போராட்டத் தியாகியைக் கவுரவிப்பது என் கடமை, தவிரவும் புத்தக வரிகளில் மட்டுமே கண்ட தங்களை, நேரில் சந்திப்பது எனக்கு மிகவும் சந்தோஷம் தருகிறது

என்று சொல்லி சம்மதிக்க வைத்து பணத்தைக் கொடுத்துவிட்டு, தியாகி சொக்கலிங்கம் பிள்ளையிடம் ஆசியும் பெற்றுச் சென்றார்.

இதுதான் ஒரு கலையின் வலிமை என்பது. ஒருவருக்கும் தெரியாத தியாகி சொக்கலிங்கத்தை ஒரே நொடியில் ஊரறிய உலகமறியச் செய்துவிட்டாரல்லவா வேந்தர், தன் கலையின் மூலம். சங்க காலத்தில் எத்தனை மன்னர்கள் தங்களைப் பற்றிப் பாடும்படி புலவர்களிடம் கேட்டிருக்கிறார்கள். உயிர் அழியும், உடல் அழியும், கலையும் பாடலும் அழியுமோ!

## 5

# தமிழ்க்கடலின் மகிழ்ச்சி

தமிழ்க்கடல் ராய.சொக்கலிங்கத்தை அறியாதவர்கள் இருக்க முடியாது. 'ராய. சொ' என்று அன்பர்களால் அன்புடன் அழைக்கப்பட்டவர். தமிழ்ப்புலமை மிக்க அறிஞர். நிறையக் கலைஞர்களை ஆதரித்த தாராள குணம் கொண்ட கவிஞர். காலை முதல் அன்னாருக்கு சதாபிஷேகம். இரவு ஒன்பது மணிக்கு வேந்தரின் வில்லுப்பாட்டு. வேந்தர் அவர்கள் ராய.சொவைச் சந்தித்து 'தங்களுடைய வாழ்க்கைச் சரிதம் கிடைத்திருந்தால், தங்கள் சரிதையையே பாடுவேன்' என்றார். அவரோ 'அதெல்லாம் வேண்டாம், இன்றைக்கு 'சீதா கல்யாணம்' செய்' என்று வேண்டிக் கொண்டார். குழுவினர் தங்கியிருந்த இடத்திலிருந்து மேடைக்குப் புறப்பட ஆயத்தமானார்கள். வேந்தரோ உடைமாற்றிக்கொண்டு, விபூதி, பொட்டு மற்றைய தங்க நகை அலங்காரங்களில் ஈடுபட்டுக் கொண்டிருந்தவர். திடீரென்று தன்னுடைய உதவியாளர் டைப்பிஸ்ட் சாரை அழைத்து 'சார் நான் சொல்கிற இந்த விஷயங்களை ஒரு தாளில் எழுதுங்கள்' என்று கேட்டுக் கொள்ள, வேந்தர் தலைவாரிக் கொண்டு அலங்காரத்தில் ஈடுபட்டுக் கொண்டே சொல்லச் சொல்ல டைப்பிஸ்ட் சார் ஒரு தாளில் எழுதி முடித்தார்.

'பொன் வேண்டேன், பொருள் வேண்டேன், புகழ் பெறும் பதவி வேண்டேன்' என்று பாடல் தொடங்கியது. அதை அவர் சொல்லிய போதும் எழுதியபோதும் என்ன ஏதென்று யாருக்கும் விளங்க வில்லை, வேந்தரும் சொல்லவில்லை. அரைமணிநேரத்தில் சரியாக மேடையில் போய் அமர்ந்தார். பொதுவாக வேந்தர் அவர்கள் மேடையில் இராமாயணக் கதைகள் செய்யும் போது 'உலகம் யாவையும் தாமுள வாக்கிலும்' எனத் தொடங்கி 'சரண் நாங்களே' என்று முடிப்பார். அடுத்த கணமே 'தொந்தனத்தோம் என்று

சொல்லியே வில்லினில் பாட' என்று மெட்டுக்கு வருவார். பாரதக் கதையென்றால் 'சிற்றி ஒரு கல்லை தெருவாயிற்படியாக்கி' என்ற விருத்தத்துடன் ஆரம்பிப்பார். ஒவ்வொரு கதைக்கும் தனித் தனியாக வெவ்வேறு விருத்தங்கள். இன்று கதை 'சீதை கல்யாணம்' எல்லோரும் எதிர்பார்த்தது 'உலகம் யாவையும்' என்ற வரிகளை. ஆனால் வேந்தரோ 'பொன் வேண்டேன்' என்று ராகத்துடன் வசனத்தை ஆரம்பித்தார்.

'இந்தாப்பா இங்கே வா, இதோ தங்கக்கட்டிகள் எத்தனை இருக்கு பாத்தியா? 50 கட்டி எடுத்துக்கோ'

அவனோ, 'வேண்டாமய்யா நான் அவசரமாக ஒரு இடம் போகணும்' என்க.

'ஒருவேளை இவன் இந்தத் 'தங்கத்தைப்' பணமாக்கி செலவு செய்வதில் சிரமம் உள்ளது என நினைக்கிறானோ என்னவோ, சரிப்பா, இந்தா இங்கே பார், பீரோவில் அவ்வளவும் 100 ரூபாய் நோட்டுக்கள், எல்லாம் உனக்குத்தான். கள்ள நோட்டுக்கள் இல்லப்பா. எல்லாமே சர்க்கார் நாசிக்கில் அடித்த நல்ல நோட்டுக்கள்' என்க. அதற்கு அவனோ, 'வேண்டாமய்யா, எனக்கு அவசரம், நான் சீக்கிரம் போகனும் என்னை விடுங்கள்' என்கிறான். 'ஒரு வேளை இவனுக்குப் பொன் பொருள் மேல் நாட்டமிருக்காது போல' என்று பாடிவிட்டு, 'புகழ் தரும் பதவி வேண்டேன்' வசனம்.

'இந்தாப்பா, உலகத்திலேயே பெரிய பதவி எது தெரியுமா?'

'தெரியாது.'

'அமெரிக்க ஜனாதிபதி பதவிதான். அது இப்ப காலி, ஜனாதிபதி கென்னடியைக் கொலை செய்துவிட்டார்கள். இப்பொழுது நான் நினைத்தால், இப்பவே பிளைட்டில் ஏறினால் நாளை ஜனாதிபதி யாகலாம்' என்க.

அவனுக்கோ சற்று எரிச்சல் ஆகிவிட்டது. 'நான்தான் ஒன்றும் வேண்டாங்கிறேன், அவசரமாக ஒரு இடம் போகணும் என்கிறேனே, ஏனய்யா என்னை நச்சரிக்க' என்கிறான்.

'ஒருவேளை இவனுக்குப் பூலோகத்தில் உள்ள எதுவுமே பிடிக்காது போல, இந்திரப் பேரரசும் வேண்டேன்.'

'சரி, இந்தாப்பா மேலே தேவர்கள், அரசன், இந்திரன். ஏதோ

முன்னர் அகலிகை ஏதோ தப்புபோல ஒன்றைச் செய்துவிட்டாள். அவளைப் பதவியிலிருந்து நீக்கிவிட்டார்கள். உன் மேலுள்ள பிரியத்தில் சொல்கிறேன், தட்டாதே, தேவலோக வாழ்க்கை, சாகாவரத்துடன் ஆனந்தமாக வாழலாம்' என்று சொல்ல, அவனோ ரொம்பக் கடுப்பாகிப் போனான்.

'ஏன்யா ஒனக்கு அறிவு இருக்கா, நான்தான் என்னை ஆளைவிடு. ஒரு அவசரமாகப் போகிறேன் என்று சொல்கிறேனே, ஏன்யா இப்படி நச்சரிக்கிறே' என்று சொல்லிக் கிளம்பவும்.

'ஏய், ஏய், கொஞ்சம் இருப்பா, நீ போகலாம். ஏதோ தெரியாது உன்னைத் தொந்தரவு படுத்திவிட்டேன். இனிமேல் உன் வழியில் நான் குறுக்கிட மாட்டேன், பொன், பொருள், புகழ் தரும் பதவி, இந்திரப் பேரரசு இத்தனையும் வேண்டாம் என்கிறாயே, அப்படி எங்கதான் போற, அதமட்டும் தயவு செய்து சொல்லப்பா' என்று கேட்கவும், முகத்தில் கோபம் மறைந்து சந்தோஷம் வருகிறது 'இது தெரியாதா? நான் தமிழ்க்கடல் ராய.சொவின் செந்தமிழ்க் கவிதை கேட்கப் போகிறேன்' என்று சொல்லவும், எதிரில் அமர்ந்திருந்த பெரியவர்கள் கருமுத்து தியாகராசர், சா.கணேசன் உட்பட அனைவரும் கைதட்டினார்கள்.

எதிர்த்தாற்போல் சைவப் பழமாய் அமர்ந்து நிகழ்ச்சியைக் கேட்டுக் கொண்டிருந்த ராய.சொ. 'அப்படியா, இத்தனையும் வேண்டாம்னு சொல்லிட்டு கடைசியில ஏங்கிட்டத்தான் வாரானா? அடடே வசனம் இல்லாம அத இன்னொரு தடவை பாடப்பா' என்று வேண்டிக்கொள்ள, வேந்தரும் 'பொன் வேண்டேன்' எனத் தொடங்கிப் பாடலை முழுமையாகப் பாடவும் மீண்டும் பலத்த கைதட்டல் பெற்று சீதா கல்யாணம் நிகழ்ச்சி செய்து முடித்தார்.

இதில் என்ன விசேஷம் என்றால் அனேகமாக அனைவருமே இந்தப் பாடலை ஏற்கனவே கவனம் செய்து வந்து இருப்பார் வேந்தர் என்றுதான் நினைத்திருப்பார்கள். ஆனால் நிகழ்ச்சி தொடங்குவதற்குக் கால் மணி நேரத்திற்கு முன்புதான் இதை அவர் இயற்றினார் என்பதையோ முதல்முறையாக ஒத்திகைகூட இல்லாமல் இப்போதான் அதை அரங்கேற்றினார் என்பதையோ தெரிந்திருக்க மாட்டார்கள். வேந்தரின் குழுவினருக்கு மட்டுமே தெரியும். வேந்தருக்கு நினைத்தவுடன் சொற்கள் தெறித்து விழும் அபூர்வக் கலைஞர் அவர். சங்க இலக்கியங்களிலே இவ்விதம்

நினைத்தவுடன் பாடல் புனையும் ஆற்றல் பெற்றவர்களை 'ஆசு' கவி என்று குறிப்பிடுகிறார்கள். ஒருவன் 'ஆசு' கவியாக வேண்டுமென்றால், கடுமையாகப் பயிற்சியும் ஆழ்ந்த இறைப் புலமையும் பெற்றிருந்தால் மட்டுமே சாத்தியம். அதேபோல் வேந்தர் அவர்களை யாரும் புகழ்ந்து பேசினால் அடக்கத்துடன் 'எல்லாம் இறைவன் செயல், அவனின்றி அணுவும் அசையாது' என்பார்.

# 6

## கொத்தமங்கலம் சுப்புவின் சோகம்

வில்லிசை வேந்தர் பிச்சைக்குட்டி அவர்கள் பல்வேறு கதைகளை வில்லிசையாகப் பாடி புகழ்பெற்றிருந்தாலும் அவருக்கு மாஸ்டர் பீஸ் என்று இன்றும் பெரியோர்களால் போற்றிப் புகழப்படுவது, *பாஞ்சாலி சபதம், வாலிவதை, கண்ணகி கோவலன்* கதைகளே. கேட்பவர் அனைவரையும் தன் குரல் வளத்தால் மயக்கிச் சொக்க வைத்து அழுகையில் கொண்டுபோய் நிற்க வைப்பதில் மகா சமர்த்தர்.

சென்னை, தியாகராய நகர், வாணி மஹாலில் நிகழ்ச்சி. கண்ணகி கதை. அரங்கு நிறைந்த கூட்டம். முன் வரிசை நாற்காலியில் திருமதி கே.பி. சுந்தராம்பாள், கொத்தமங்கலம் சுப்பு இன்னும் நிறைய முக்கியஸ்தர்கள். கதையில் கண்ணகி, கோவலன் பிறப்பு தொடங்கி, கண்ணகி கோவலன் திருமணம், மாதவியுடன் கோவலனுக்கு ஏற்பட்ட தொடர்பு, கானல் வரிப் பாடல்கள் என்று தொடர்ந்தது. பின்னர் பிரிவு, மதுரைப் பயணம், கவுந்தியடிகள் துணை, மாதுரி என்ற யாதவப் பெண்ணிடம் அடைக்கலம் புகுந்ததுவரை கதை விறுவிறுப்புடன் சென்றது. அதன்பின் கோவலன் மதுரை நகர் சென்று வியாபாரம் செய்ய உத்தேசித்திருப்பதைக் கண்ணகியிடம் சொல்லி பொருளுக்கு என்ன செய்வது என்று யோசிக்கும் கட்டம். கே.பி. சுந்தரம்பாள் எழுந்து மெதுவாக மேடைக்கு வருகிறார்கள். 'வர்றென் தம்பி, அற்புதமாக இருந்தது. நீ நல்லா இருப்பா' என்று வாழ்த்தினார்கள்.

'என்னம்மா இடையிலேயே, முடியும்வரை இருக்கலாமே' என்றார்.

'இல்லப்பா, நீ கதை சொல்வது மிகவும் அற்புதமாக இருக்கிறது. அடுத்து அந்தப் பெண் கண்ணகி, பாவம் தன் காற்ச்சிலம்பைக் கழற்றிக் கொடுக்கப் போகிறாள். அப்பாவி கோவலன் விற்கப் போய் திருடன் எனப் பழி சுமத்தப்பட்டுக் கொலை செய்யப்படுவான்.

அந்தப் பெண் கதறப் போகிறாள். அதையெல்லாம் நீ மிக அருமை யாகத்தான் செய்வாய் என்று எனக்குத் தெரியும். ஆனால் எனக்கு வயசாயிடுச்சு. துக்கத்தைப் பார்க்கவோ, கேட்கவோ என்னால் முடியாது. வர்றேன் தம்பி' என்று சொல்லிவிட்டுப் போய்விட்டார்.

இதையெல்லாம் அருகில் உட்கார்ந்து கேட்டுக்கொண்டிருந்த கொத்தமங்கலம் சுப்பு அவர்கள், 'என்ன பெரிய சோகம் வரப்போகுது, அப்படியே சோகம் வந்தாலும் நம்மள என்ன செய்யப்போகுது' என்று சிரித்துக்கொண்டே சொல்லிவிட்டுக் கதையைக் கேட்கத் தொடங்கினார். கொலையுண்டு கிடக்கும் கோவலன் பிணத்தருகே கண்ணகி கதறியழுகிறாள்.

அந்தக் கட்டம் துவக்கமே அலாதியாக இருக்கும். சிலப்பதிகாரத்தில் இளங்கோவடிகள் பயன்படுத்திய அதே மூல வரிகளைத் தன்னுடைய வளமான குரலில் வேந்தர் பாடுவார். ஓசைநயம் மிகுந்த இளங்கோவடிகளின் வார்த்தைகள் ஒவ்வொன்றும் அப்படியே தெறித்து விழுவதைப் போலிருக்கும்.

பொங்கி எழுந்தாள், விழுந்தாள் பொழிகதிர்த்
திங்கள் முகிலோடு சேணிலங் கொண்டெனச்
செங்கண் சிவப்ப அழுதாள், தன் கேள்வனை,
எங்கனா என்னா இனைந்தேங்கி மாழ்குவாள்

என்று ஆரம்பித்துத் தன்னுடைய கண்ணகியைப் பாடத் தொடங்குவார்.

மன்னரே மன்னவரே
மாண்பு மிக்க மன்னவரே
அரசனவன் செய்பிழையால்
அமங்கிலியாய் ஆய்விடவோ
கொற்றவனின் செய்பிழையால்
கூண்டுப் புழுவாகிடவோ
தையலெந்தன் வீடதற்கு
சாமியே நீர் வாராமல்
மாதவியாள் அரண்மனையில்
வாழ்ந்திருந்தால் போதாதோ - என்
மாங்கல்யம் பறித்திடவோ
மன்னா என்னைத் தேடிவந்தீர்,

இப்படியாக மாறிமாறிக் கண்ணிகள் வந்துகொண்டே இருக்க, முன் வரிசையில் உட்கார்ந்திருந்த கொத்தமங்கலம் சுப்பு அவர்கள் தனது

விசிறி மடிப்பு அங்கவஸ்திரத் துண்டால் கண்களைத் துடைத்துக் கொண்டே 'மூசு மூசு' வென்று அழுதுகொண்டிருக்கிறார். என்ன பெரிய சோகம் வந்திடப் போவுது என்று சொன்னவர். நிகழ்ச்சி முடிந்தது. ஓடிப்போய் வேந்தரின் கைகளைப் பற்றிக்கொள்கிறார் சுப்பு.

'ஏ, என்னப்பா இதெல்லாம் ஒரு கதை. ஒரு செல்வச் சீமான் கல்யாணம் செஞ்சுக்கிறான். 7, 8 வருடம் கழித்து மணவாழ்க்கை சலித்து தாசியிடம் போகிறான், அவளுக்கு ஒரு குழந்தை பிறக்கிறது. பிறகு அவளிடம் சலிப்புக் கொண்டு மீண்டும் மனைவியிடமே திரும்பி வருகிறான், குடும்பத்தில் வறுமை. பிழைப்புக்கு மதுரை வருகிறான், கொல்லப்பட்டு சாகிறான். பாண்டியன் சாகிறான். அவன் மனைவி சாகிறாள். கண்ணகியும் போய்ச் சேருகிறாள். அதோடு மாதவி அவள் குழந்தை மணிமேகலை இரண்டு பேரும் சந்நியாசி யாகிப் போகிறார்கள். ஆக வாழ்க்கையில் ஒன்றுமே இல்லை என்று ஒரு சந்நியாசி இளங்கோ சொன்ன கதையை ஒரு மணி நேரத்தில் செய்யலாம். நீ என்னடாவென்றால் அதில் விறலி விடுதூது, கூளப்ப நாயக்கன் காதல், அகநானூறு இவற்றை உள்ளே சொருகி பின்னிட்டப்பா. நான் என்னமோன்னுல்ல நெனச்சேன். சபாஷ்ப்பா, பிரமாதம்ப்பா' என்று நிறைவாக, உணர்ச்சிகரமாகப் பாராட்டினர். சுப்புவும் ஒரு கலைஞர் அல்லவா? கதை எழுதி யிருக்கிறார். காந்தி மகான் கதையை வில்லுப்பாட்டிலேயே பாடியிருக்கிறார்.

'இப்படியெல்லாம் நடக்கும். கதை போகிற போக்கிலே நம் சேலை முந்தானை நனைஞ்சிடும்' என்று எவ்வளவு துல்லியமாகக் கணக்குப் போட்டுப் பாதியிலேயே தப்பித்துவிட்டார் கே.பி.எஸ். அன்றைக்கு அழாதவரே கிடையாது. ஏதோ இப்ப நேற்று நடந்த சம்பவம் போலல்லவா இருந்தது என்று புகழாதவர் கிடையாது. 'கோவலா நீ மாதவியினுடைய வீட்டிலேயே இருந்திருந்தால், என் மாங்கல்யம் நிலைத்திருக்குமேயப்பா, என் மாங்கல்யம் பறிப்பதற் காகவா மன்னா என்னைத்தேடி வந்தாயோ' என்று கண்ணகி கூறுகின்ற கட்டம் உணர்ச்சிகரமாயிருக்கும். அனேகம் பெண்கள் தலைகவிழ்ந்து அழ ஆரம்பித்துவிடுவார்கள்.

# 7

## வில்லிசையில்
## ஆண்டாள் கதை

திருச்சியிலிருந்து வேந்தருக்கு ஒரு கடிதம். அதாவது, ஆண்டாள் கதையை தங்களால் வில்லுப்பாட்டாகப் பாட முடியுமா? முடியுமென்றால் தகவல் தெரிவிக்கவும். தங்கள் பதில் கண்டு தேதியும் அட்வான்ஸ் பணமும் அனுப்பி வைக்கிறோம். சன்மானம் நீங்கள் கேட்ட தொகை தரத் தயார். வேந்தர் சற்றும் யோசிக்காமல் பதில் எழுதிவிட்டார். ஒரே வாரத்தில் திருச்சியிலிருந்து தேதியும் அட்வான்ஸ் பணமும் வேந்தருக்கு வந்து சேர்ந்துவிட்டன.

வில்லிசையில் ஒரு கதையைப் பாடவேண்டுமென்றால் மூலக் கதையோ, வரலாறோ இருக்க வேண்டும். அதை வில்லிசைக்கேற்ற பாடல்களாக, வசனங்களாக மாற்றி இசையுடன் பாடி இரண்டு மூன்று மணி நேரம் மக்களைச் சோர்வடைய விடாமல் மகிழ்விக்க முடியும். ஆண்டாள் கதையை அதுவரை யாரும் வில்லிசையாகப் பாடவில்லை. ஆண்டாளுக்கென்று பெரிய பாரம்பரிய வரலாறும் கிடையாது. ஆண்டாள் ஒரு பெண்பால் புலவர். கிருஷ்ண பகவானைத் தன்னுடைய காதலனாக வரித்துக்கொண்டு ஏராளமான பாசுரங்களை இயற்றியிருக்கிறார். பக்தி மணமும் காதல் ரசமும் சொட்டக் கூடிய, பாடுவதற்கு மிகவும் இனிமையான இலக்கியத் தரமிக்க கவிதைகள் அவை. ஆண்டாளின் பிறப்பே விசித்திரமானது. தெய்வீகக் குழந்தையாகத் துளசிச் செடியின் அடியில் கண்டெடுக்கப் படுகிறாள். வளர வளர ஆயர்பாடி கண்ணனை நினைத்து அவள் உருகும் எண்ணங்களைப் பாடலாகப் பாடி கடைசியில் அந்தக் கிருஷ்ண பரமாத்மாவோடு ஜோதியாக ஐக்கியமாக விடுவதுதான் வரலாறு.

தேதியும் கொடுத்து அட்வான்ஸ் பணமும் வாங்கியாயிற்று. ஆண்டாள் கதை வில்லிசையாக மாற வழியில்லை. வேந்தர்

கொஞ்சம்கூடக் கவலைப்படாமல் மற்ற வேலைகளிலேயே கவனம் செலுத்துகிறார். ஒருநாள் அவருடைய உதவியாளர் டைப்பிஸ்ட் வண்ணமுத்துப் பிள்ளையைக் கூட்டிக்கொண்டு வண்டியை நேராக தூத்துக்குடிக்கு ஓட்டச் சொல்கிறார். வண்டி ஒரு பெரிய வீட்டின் முன்னால் போய் நிற்கிறது. அந்த வீடு வேந்தரின் நெருங்கிய நண்பர் அ.சீனிவாச ராகவன் அவர்களின் வீடு.

அ. சீனிவாச ராகவன் அவர்கள் தூத்துக்குடி வ.உ.சி. கல்லூரியில் பேராசிரியர். தமிழ்ப் புலமை மிக்கவர், பெரிய எழுத்தாளர். தன்னுடைய *வெள்ளைப் பறவை* என்னும் நூலுக்காக மத்திய அரசின் சாகித்ய அகாடெமி விருது பெற்றவர். சங்க இலக்கியங்களில் ஆழ்ந்த புலமையுடையவர். பல்வேறு புத்தகங்களை எழுதி பாராட்டுப் பெற்ற அறிஞர். காலை ஒன்பது மணி. வீட்டின் முன்னால் வண்டிச் சத்தம் கேட்கவும் எட்டிப் பார்க்கிறார் பேராசிரியர். ஆச்சரியம். ஓடிவந்து வேந்தரை வரவேற்கிறார்.

‘அடடே… யாரு, பிச்சைக்குட்டியா? பெரிய பெரிய சமஸ் தானத்துக்குப் போறவனாச்சே, என்னால நம்பவே முடியலையே…’

இருவரும் சந்தோஷமாகப் பல விஷயங்களைப் பேசிய பிறகு, பேராசிரியர் அசீரா அவர்கள், தான் கல்லூரிக்குச் செல்ல இருப்பதாகவும் இன்று இங்கேயே தங்கி மதியம் சாப்பிட்டு விட்டுப் பிற்பாடு போகலாம் என்றும் சொல்ல, வேந்தர் அவர்கள் ஆண்டாள் விவகாரம் பற்றிச் சொன்னார். பேராசிரியருக்கோ ஒரே சந்தோஷம். வேகமாக அறைக்குள் போய் உட்கார்ந்துகொண்டு ஏதோ எழுதினார். அப்புறம்தான் தெரிந்தது அவர் எழுதியது ஆண்டாள் கதையல்ல. கல்லூரிக்குக் கொடுப்பதற்கான லீவு லெட்டர் என்று.

பேராசிரியரும் வேந்தரும் எதிர் எதிரே உட்கார்ந்துகொண்டார்கள். உதவியாளர் வண்ணமுத்துப் பிள்ளை பேப்பரும் பேனாவுமாக, கதை தயாரானது. பேராசிரியர் தமிழ்ப் புலமை பெற்றவர். உலகத்தில் உள்ள அத்தனை இலக்கியங்களிலும் உள்ள காதல் வரிகளை எல்லாம் ஒன்று சேர்த்து, அந்த வரிகளையெல்லாம் கிருஷ்ணனை நினைத்து ஆண்டாள் பாடும் வரிகளாகத் தமிழில் வில்லிசைக்கு ஏற்ற வகையில் கண்ணிகளாக மாற்றி இயற்றினார் வேந்தர்.

நிகழ்ச்சி பிரமாதமாக நடந்து முடிந்தது. ஐதீகத்திலும் சாஸ்திரத்திலும் ஊறிய பெரியவர்களெல்லாம் வேந்தரைப் புகழ்ந்து பேசுகிறார்கள். அப்போது ஒரு பெரியவர் சொல்கிறார். ‘தம்பி, வயசுல

நீ சின்னப் பையனாயிருக்க. ஆச்சார வாழ்க்கை வாழும் ஆள் மாதிரியும் தெரியல. தரிசித்ததே இல்லேப்பா. ஆண்டாள் இவ்வளவு பெரிய கவிஞர் என்பது இன்றைக்குத் தாம்பா தெரிஞ்சது. நீ நல்லா இருக்கணும், இந்த ஆண்டாள் கதைய நாடெல்லாம் பாடணும்.'

வேந்தர் சுருக்கமாகப் பதில் சொன்னார். 'என் கையில் என்ன இருக்கிறது. எல்லாம் பகவான் செயல். அந்த அப்பன் சீனிவாச ராகவன் துணை.'

ஆண்டுதோறும் திருச்சியில் ஆண்டாள் கதையை வில்லிசையாகப் பாடி வந்தார். இப்போது வேறு யாரும் பாடுகிறார்களா என்பது தெரியவில்லை.

# 8
## அப்பாவும் டப்பாவும்

வேந்தர் பிச்சைக்குட்டியவர்களுக்கும் பல்வேறு மடாதிபதிகளுக்கும் நெருங்கிய பழக்கம் உண்டு. திருவாவடுதுறை ஆதீனப் புலவராகவும் இருந்தவர். பல்வேறு மடாலயங்களுக்கும் சென்று நிகழ்ச்சி பண்ணியிருக்கிறார். வெளி மாநிலங்களுக்கும் மடாலயங்களின் அழைப்பின் பேரிலே சென்று ஒரு வாரம் பத்து நாள்வரை இருந்து நிகழ்ச்சிகள் செய்து விட்டு வருவார்.

காஞ்சி காமகோடி பீடாதிபதிகள் பெரியவாளின் சதஸ் (சில்ப ஆகம வித்வத் சதஸ்) திருவிழா நிகழ்ச்சி. வேந்தர் அவர்களின் வில்லிசை. பெரியவர்கள் இருவர் முன்னிலையில் வேந்தர் நிகழ்ச்சி நடத்துகிறார். வழக்கம் போல் 'காப்பு', 'தொந்தனத்தோம் என்று சொல்லியே' என்ற கண்ணிகள் முடிந்தது, மதப் பெரியோர்களைப் பற்றி விளக்கம் சொல்கிறார் வேந்தர்.

'இந்த மதப்பெரியவர்கள் எல்லாம் யார் தெரியுமோ? நமக்கெல்லாம் தாய். தாய் என்றால் ஈன்ற தாய். பெற்றெடுத்த தாயின் கடமையை ஆற்றுபவர்கள். எப்படிப்பட்ட தாயென்றால், குழந்தை திடீரென்று அழும். பசி என்று உணர்ந்து உடனே பாலூட்டுவாள் தாய். அழுகை நின்றுவிடும். சில நேரம் அழுகைக்குக் காரணம் தெரியாது. என்ன செய்தாலும் அழுகையை நிறுத்த முடியாது. பால் இப்போதுதானே கொடுத்தோம் என்று நெற்றியில் கை வைப்பாள். நெற்றி சுடும். ஓ, தலைவலி போலும் என உணர்ந்து, ஒரு பற்றுப்போடுவாள். அழுகையை நிறுத்திவிடும். சில நேரம் அழுகையை நிறுத்தாது. உடனே வயிற்று வலி என உணர்ந்து ஒரு கைமருந்து கொடுப்பாள்; உடனே அழுகை நின்றுவிடும். இப்படிப் பார்த்துப் பார்த்துக் குறிப்பறிந்து பேணும் தாய்தான் பெற்ற தாய்.

பிறந்தவுடன் குழந்தை சிரிக்கும். பராக்குப் பார்க்கும். சில நாள் கழித்து அம்மாவை இனம் கண்டு கொள்ளும். 'மா', 'ம்மா', 'அம்மா' என்று அழைக்கும் பருவம் வந்து விடும். அப்போது தாய் கணவனைப் பக்கத்தில் அழைப்பாள். 'என்னை அம்மானு சொல்லுதுங்க' என்று சந்தோஷமாகச் சொல்வாள். கணவரும் சந்தோஷப்படுவார். உடனே தாய் குழந்தையைப் பார்த்து அப்பாவைச் சுட்டிக்காட்டி 'அப்பா சொல்லு அப்பா, அப்பா' என்பாள். இரண்டே நாளில் குழந்தை 'அப்பா' சொல்லிப் பழகிவிடும். பின்னால்தான் மாமா, அண்ணா, அக்கா எல்லாம். அந்தக் குழந்தைக்கு முதன் முதலில் அப்பாவை அம்மாதான் சுட்டிக் காட்டி இனம் காண்பிக்கிறாள். அறிமுகம் செய்கிறாள். 'அம்மா' என்ற ஒரு வார்த்தை மட்டும்தான் குழந்தைக்குத் தானே வருகிறது. அப்பா எல்லாம் அம்மாவின் அறிமுகம்தான். 'இன்ட்ரடுயூஸ்' பண்றதில்லையா அது போல, அதில்லாமல் ஒரு டப்பாவைச் சுட்டிக்காட்டி 'அப்பா சொல்லு' என்று தாய் சொல்வாளேயானால் குழந்தைக்கு அந்த டப்பாதான் அப்பா' என்றவுடன் ஒரே சிரிப்பு.

'மதப்பெரியவர்களை ஈன்ற தாய் என்று சொன்னேன். அது ஏன்? இந்தத் தாய்தான் நம் தந்தையாகிய இறைவனை சுட்டிக்காட்டி பக்தி பண்ணச் சொல்கிறவர்கள். இந்தத் தாய் மட்டும் இல்லை என்றால் இந்த மனித சமூகத்திற்கு இறையன்பு, இறைவணக்கம், பக்தி எதுவுமே கிடையாது. கிடைக்காது' என்று வேந்தர் சொல்லி முடித்தாரோ இல்லையோ பயங்கர கைதட்டல். பெரியவர்களின் முகத்தில் ஒரே சந்தோஷம். அந்த முகம் சொல்கிறது 'எவ்வளவு எளிமையாக, புரியும்படியாக இறைவனை இனம் காண்பிக்கின்றான் இந்தப் புலவன்' என்று.

சமூகவியலையும் அரசுக் கடமைகளையும் அவரது வில்லுப் பாட்டுக் கண்ணிகளில் அற்புதமாகப் படம்பிடித்துப் பாடுவார். அரிமர்த்தன பாண்டியன் ஆட்சியை விவரிக்கும் போது கண்ணிகளில் இவ்வாறு பாடுவார்.

அறமுடனே அருந்தமிழும்
அன்பொழுகும் சைவமதம்
உயிரெனவே காத்து வாரார்
உலகாண்ட பாண்டியர்கள் (முத்தாய்ப்பு)

எட்டு திசைகள் தாம் நமக்குத் தெரியும். ஆனால் வேந்தர் அவர்களோ, எட்டு நல்ல திசைகளிலும்

ஏற்றமுடன் ரதம் செலுத்தி
பத்து நல்ல திசைகளிலும்
பாங்குடனே ஆண்டு வாரார்
பார்புகழும் தசரதனும்

என்று முடிப்பார். அது என்னய்யா பத்துத் திசை என்று கேட்டால் விண்ணும் பாதாளமும் சேர்த்து என்று புதுவிளக்கம் சொல்வார் வேந்தர்.

கூலியதைக் குறைத்தேனோ
குறை மரக்கால் அளந்தேனோ

ஏன் எனக்குப் பிள்ளையில்லாமல் போனது என்று புலம்புவான் தசரதன். கூலியைக் குறைப்பதும், அளவினைக் குறைப்பதும் பாவப்பட்ட செயல்கள் என்று எடுத்துரைப்பார். மூன்று மணி நேரம் நிகழ்ச்சி பண்ணினாலும் ஆரம்பத்திலிருந்து முடியும் வரை இனிமையான சந்தங்களுடன், பாட்டு, வசனம் அதில் சோகம், நகைச்சுவை, சிந்தனைச் சிதறல்கள், கோபம், வீரம், தத்துவம், நடைமுறைக்கேற்ற ஜோக்குகள் என்று முடியும்வரை குறுக்கீடோ, தலையீடோ இல்லாமல் நேரம் போவதே தெரியாமல் ரசிகர்களை அப்படியே சொக்க வைத்துவிடுவதில் பெரிய கெட்டிக்காரர் பிச்சைக்குட்டி.

# 9

## விடமாட்டோம் வேந்தரை

சாத்தூருக்கு அருகில் உள்ள ஊர் பழைய ஏழாயிரம் பண்ணை. தனி ஜமீன் ஆட்சி நடைபெற்ற ஊராகையால் இன்றும் கோவில் திருவிழாக்கள் பத்து நாள்களும் மிகவும் தடபுடலாக நடக்கும். கோவில் திருவிழாவில் வேந்தரின் நிகழ்ச்சி.

கதை *பாஞ்சாலி சபதம்*. வேந்தரின் மாஸ்டர் பீஸ் கதைகளிலேயே முதன்மையானது. அரசியல் அலங்கோலத்தைத் தன்னுடைய பாஞ்சாலி சபதத்தின் மூலம் பாரறியக் காட்டியவன் பாரதி. கொஞ்சம்கூட மாற்றமில்லாது அவனது தடத்திலேயே கதையைக் கொண்டு செல்வார் வேந்தர். பாஞ்சாலியை சபைக்கு இழுத்து வரும்போது பார்த்துக் கொண்டு நின்ற மக்களை ஒரு சாடு சாடுவான் பாரதி. 'அய்யய்யோ இழுத்துட்டுப் போறானே. இழுத்துட்டுப் போறானே என்று நெட்டை மரங்களென நின்று புலம்பினார். பெட்டைப் புலம்பல் பிறருக்குத் துணையாமோ? வீரமில்லா நாய்கள், ஊரவர்தம் கீழ்மை உரைக்கும் தரமாமோ?' என்று காறித் துப்புவதைப் போலிருக்கும் அவ்வரிகள். கணீர் என எடுப்பான பேச்சும் அடமான சாரீரமும் கொண்டவர் வேந்தர்.

கதை கேட்போரெல்லாம் மெய்மறந்து கேட்டுக்கொண்டிருக் கிறார்கள். துரியோதனாதியர் நூற்றுவரின் ரத்தத்தையும் குடிப்பேன் என்கிறான் பீமன். இதன் பேர் காண்டீபம். இதன் மேல் ஆணை. அநியாயத்திற்குத் துணை நிற்கும் இந்தக் கர்ணனை என் அம்பினால் வீழ்த்துவேன் என்கிறான் அர்ச்சுனன். பாஞ்சாலி ஒருபடி மேலே போய் துச்சாதனனால் அவிழ்க்கப்பட்ட இந்தக் கூந்தலை, அவனது ரத்தத்தைத் தடவி முடிப்பேனல்லாது அதுவரை சீவி முடியேன்; என் கண்ணன் கழல்கள் சாட்சி என்று சபதம் செய்கிறாள். புல்லரிக்கும் உக்கிரமான கட்டத்துடன் 'ஓம் ஓம்' என்று சொல்லி பாரதியாரின்

பாட்டுடன் கதையை முடித்து மங்களம் பாடி முடித்தார் வேந்தர். மக்களும் எழுந்தனர். திடீரென ஒரு பெரிய சத்தம் 'ஏய்... யாரும் ஏந்திரிக்காதே உட்காருங்கள். நிறுத்தக்கூடாது நிகழ்ச்சியை, பூராவும் பாட வேண்டும், ஏற்கனவே மழைதண்ணியில்லாமல் பொங்கல் கொண்டாடுகிறோம், நீங்க பாட்டுக்கு ஒங்க இஷ்டத்துக்கு சபதத்தோடு நிகழ்ச்சியை முடித்தால் அவ்வளவுதான். எங்க ஊர் விளங்கினாப்ல தான்' என்று ஒரு பெரியவர் கத்த, மக்கள் அனைவரும் அப்படியே அமைதியாக உட்கார்ந்துவிட்டார்கள். வேந்தருக்கோ என்ன செய்வதன்று தெரியவில்லை. என்னடா விபரீதமாகப் போய் விட்டதே என்று பேசாமல் உட்கார்ந்திருக்கிறார். நிகழ்ச்சிக்கு ஏற்பாடு செய்த விழாக்கமிட்டி பழனி மேச் மாரியப்பன் வேந்தரிடம் வந்து 'இந்தப் பெரியவர் பேச்சை ஊரில் யாரும் மீற மாட்டார்கள். அவரே மறுபடி கூட்டத்தைப் போகச் சொன்னால்தான் போவார்கள், நாங்களெல்லாம் ஏதும் சொன்னால் அடி விழும்' என்று பயமுறுத்தி விட்டுப்போனார். பார்த்தார் வேந்தர்.

'அய்யா பெரியவரே இப்படி மேடைக்கு வாரும்' என்றார். பெரியவருக்கோ ஒரே சந்தோஷம், எவ்வளவு பெரிய வித்வான் நம்மை மேடைக்கு அழைக்கிறாரே என்ற சந்தோஷத்தில் ஊர்ச் சனத்தை ஒரு பார்வை பார்த்துவிட்டுப் பெருமையுடன் வேந்தரின் அருகில் வந்தார்.'

'ஒங்களுக்கு விஷயம் தெரியாதா, நான் தெரிஞ்சிருக்கும்னு நெனச்சேன். என்னை மொத்தம் மூன்று நாளைக்குக் கதை பண்ண கூட்டி வந்திருக்கிறார்கள். நாளையும் வருவேன். நாளை மறுநாள் விராட பருவம். உங்கள் ஊருக்கு மழை பெய்யவே இத்தனை நாள் நிகழ்ச்சி. ஒரே நாளில் பாரதத்தை எவனால் பண்ணமுடியும். ஆகவே நாளையும் நாளை மறுநாளும் நிகழ்ச்சி உண்டு' என்றார்.

பெரியவருக்கோ முகத்தில் ஏகப்பட்ட சந்தோஷம். 'இந்த துப்புக்கெட்ட பயக, ஒரு பய கூட ஏங்கிட்டச் சொல்லலையே. ஏய், எந்திரிங்கப்பா நாளையும் கச்சேரி உண்டாம்' என்று சொல்லவும் கூட்டம் கலைந்தது. நிகழ்ச்சி ஏற்பாடு பண்ணியிருந்த மாரியப்பன் ஓடி வந்தார். 'வாங்க வாங்க பள்ளிக்கூடத்தில் சாப்பாடு சித்ரான்னம் எல்லாம் ரெடியா இருக்கு' என்றார். அதற்கு வேந்தர் 'சித்ரான்னமாவது வைகாசியன்னமாவது, பெரியவரிடம் யாராவது குட்டை உடைத்து விட்டால் ஊரைக்கூட்டி மறுபடியும் வந்துவிடுவார். நீங்கள் முடிந்தால் அந்த அன்னங்களை எல்லாம் காரில் கொண்டு போய் வையுங்கள்.

இல்லையென்றால் ஆளை விடுங்கள் சாமி.' சன்மானத் தொகையைக் கொடுத்து பண்டங்கள், சாப்பாடு எல்லாவற்றையும் காரில் ஏற்றி அவசர அவசரமாக அனுப்பி வைத்தார் மாரியப்பன். மறுநாள் வந்து பாத்திரங்களையெல்லாம் வாங்கிக் கொண்டு போனார் பாவம்.

எப்போது கச்சேரியை முடிப்பார்கள் அல்லது எப்போது சினிமாப் பாட்டு பாடுவார்கள் என்று காத்துக்கொண்டிருக்கும் இன்றைய ரசிகர்கள் மத்தியில் ஒரு கிராமியக்கலையை எந்த அளவுக்கு ரசித்திருந்தால் நிகழ்ச்சியை முடிக்கவிடாமல் தகராறு பண்ணுவார்கள். இது மாதிரி நிறைய ஊர்களிலே வேந்தருக்கு ஏற்பட்டிருக்கிறது. ஒவ்வொரு ஊரிலேயும் ஒரு காரணத்தைச் சொல்லித்தான் தப்பித்து வந்திருக்கிறார். வேந்தருக்கு எப்படித் தப்பிக்க வேண்டும் என்று சொல்லியா கொடுக்க வேண்டும்.

# 10

## யார் பைத்தியம்

இசை மகா சமுத்திரம் விளாத்திகுளம் சுவாமிகளைத் தெரியாத கலைஞர்கள் இருக்க முடியாது. அந்த அளவுக்கு கர்நாடக சங்கீதத்தில் மேதமை உடையவர். அவர்கள் அமரரான முதலாமாண்டு சமாதித் திருவிழா. சுவாமிகளின் சமாதியின் முன்பாக மூன்று நாள் நிகழ்ச்சி. முதல் நாள் சோமு அவர்களின் கச்சேரி. மறுநாள் வேந்தரின் வில்லுப்பாட்டு. மூன்றாம் நாள் ஏ. கே. சி. நடராஜனின் கிளாரினெட். பகலெல்லாம் பாட்டுக் கச்சேரிகள்தான். வத்திராயிருப்பு ராமசாமி (கருப்பண்ண பாகவதர் சீடர்) டி. வி. நமச்சிவாயம் போன்றோர் எல்லாம் வந்திருக்கிறார்கள். நிறைவு நாளன்று விளாத்திகுளம் நாயுடு தலைமையில் நிகழ்ச்சி முடிந்தது.

கே.பி. சுந்தரம்பாள் மாதிரியே பாடி வந்த சுவாமிகளின் சிஷ்யை யான குருமலை லட்சுமியம்மாளும் வந்திருந்தார்கள். விழா முடிந்ததும் முக்கியப் பிரமுகர்கள் அனைவரும் சொற்பொழிவு ஆற்றினார்கள். பேசிய அனைவரும் சட்டமன்ற உறுப்பினர் ஏ. எல். ராமசாமி நாயுடு உட்பட, சுவாமிகளின் இசைச் சாதகம், அவர்களின் ராகபாவங்கள், அவர்களுடைய கரகரப்பிரியா வேகம் எல்லா வற்றையும் புகழ்ந்து பேசிவிட்டு, முடிவாக ஒரு சில வார்த்தைகளாக, சுவாமிகளின் கடைசிகால வாழ்க்கை சோகமாக இருந்ததைக் குறிப்பிட்டார்கள். அதாவது சுவாமிகள் சுற்றி நடப்பது எதுவும் அறியாது சித்தப்பிரமை கொண்டு பைத்தியம் போல நடந்து கொண்டார். அவர் பாட்டுக்கு உட்கார்வார், வணக்கம் சொன்னால் கும்பிடுவார், யார் என்ன பேசினாலும் கவனிக்கவே மாட்டார். வேண்டியவர்கள் சுவாமிகளுடன் வந்தவரிடம் அவரவர்களின் சக்திக்கேற்ப 10, 20, 50 என்று தருவார்கள். சுவாமிக்கு சாப்பாடு வாங்கித் தரும்படியும் நன்றாகக் கவனித்துக்கொள்ளும்படியும் கேட்டுக்கொள்வார்கள். அந்த வேண்டியவர்களில் நமது டாக்டர்

வேந்தரும் ஒருவர். நூறு ரூபாய்க்குக் குறையாது தருவார். கண்கலங்க, இதை எல்லாப் பேச்சாளர்களும் முடிவுரையாகப் பேசினார்கள். மொத்தத்தில் சுவாமிகள் கடைசிக் காலத்தில் பைத்தியமாகத் திரிந்தார் எனும் பொருள்படப் பேசினார்கள். நிறைவுப் பேச்சு நம் வேந்தர். அவரும் சுவாமிகளின் மேதாவிலாசம், புலமை பற்றி நிறையக் கதைகளாக, உபகதைகளாகக் கூறி, பைத்தியம் என்று அனைவரும் பேசிய விஷயத்திற்கு வந்தார். இவ்வாறு விளக்கமளித்தார்.

'அதாவது இங்குப் பேசியவர்கள் அனைவரும் சுவாமிகள் தனது அந்திமகாலத்தில் பைத்தியமாக நடமாடினார் என்று கூறினார்கள். நான் அதை ஒப்புக்கொள்வதற்கு இல்லை. ஏனென்றால் சுவாமிகள் வாழ்ந்த காலம் இரண்டு கட்டம். ஒன்று நாத உபாசனை. அதாவது நாதத்தை உபாசித்து, சஞ்சரித்து, தானும் அனுபவித்து, மற்றவர்களையும் அனுபவிக்கச் செய்தார். இந்த நாத உபாசனை அடுத்த கட்டம் அடைந்தது. அதுதான் நாதத்தில் ஒன்றிய கட்டம். பிற்காலத்தில் சுவாமிகள் நாதத்துடன் ஒன்றிவிட்டார். இதை நான் வெறும் புகழ்ச்சிக்காகச் சொல்லவில்லை. மிகவும் உண்மை. நானும் கவனித்திருக்கிறேன். என்னைப்போல் உங்களில் பலரும் கவனித்திருப்பீர்கள். எவரிடமும் எதையும் பேசாது உணர்வற்று நடமாடிய சுவாமிகள் மைக் மூலமாகவோ அல்லது ரேடியோ மூலமாகவோ கர்நாடக சங்கீதக்குரல் கேட்டால் சடாரென அப்படியே நிற்பார். கைவிரல்களை மேல் நோக்கி அசைத்து லயிப்பார். சில சமயம் 'பலே' என்பார். அந்தப்பாட்டு மேலே சஞ்சாரம் செய்யத் தோது இல்லாமல் இறங்கிவிட்டால் அவ்வளவுதான் 'ச்சே' என்று நகர்ந்துவிடுவார். இது எப்படி சாத்தியம். லௌகீக விஷயங்களில் செல்லாத அவர் இதயம், எப்படி பிடிக்காவிட்டால் உதறிச் சென்றது. அதுதான் நாதத்துடன் ஒன்றிய நிலை என்பது. அதாவது சங்கீதம் தவிர வேறு எதையுமே ஏற்காத மனநிலை. இதை நாம்தான் புரிந்துகொள்ளாமல் சுவாமி அவர்களைப் பைத்தியம் என்று சொல்லிக்கொண்டிருக்கிறோம். சுவாமிகள் பைத்தியம் அல்ல, அவர்களைப் பைத்தியம் என்று யார் எண்ணினாலும் மன்னிக்கணும் அவர்தான் பைத்தியம்' என்று பேசி அமர்ந்தார். உடனே எம்எல்ஏ மேடைக்கு வந்து மீண்டும் ஐந்து நிமிடங்கள் பேசினார்.

'பிச்சைக்குட்டியவர்கள் சொன்னதற்குப் பிறகுதான் எனக்கு சுவாமிகளைப் பற்றிப் பூரணமாக விளங்கியது. அவரைப் பைத்தியம் என்று கூறிய நாங்கள் எல்லாம் பைத்தியக்காரர்களே. எங்கள்

வேதனையையும் மன்னிப்பையும் இந்த சமாதியில் சமர்ப்பிக்கிறோம். சுவாமிகளின் ஆத்மா எங்களை மன்னிக்கட்டும்' என்று முடித்தார்.

இசை பற்றியும் நாத சஞ்சாரம் பற்றியும் அதிலுள்ள அடுக்கடுக்கான பல்வேறு நிலைகள் பற்றியும் வேந்தர் அவர்கள் எவ்வளவு புலமையோடு அறிந்திருந்தார்கள் என்பதை இந்த நிகழ்ச்சி நமக்கு எடுத்துக் காட்டுகிறது. வேந்தர் அவர்கள் முறைப்படி கர்நாடக சங்கீதம் கற்றவர்.

# 11

## சக்தி ரேணுகா தேவி கதை

வேந்தர் பிச்சைக்குட்டி அவர்கள் பல்வேறு கதைகளை வில்லிசையாகப் பாடி வந்தாலும் இதுவரை இசைப் பாடல்களாகப் பாடப்படாத, கதையாகவே மட்டும் அறியப்பட்ட பல்வேறு கதைகளை, அந்தக் கதையை மட்டும் அடிப்படையாக வைத்துக்கொண்டு தானே பாடல்கள் இயற்றி வில்லிசையாகப் பாடுவதில் சமர்த்தர். அப்படிப்பட்ட ஒரு கதைதான் சக்தி ரேணுகா தேவியுடைய கதையும்.

கோயம்புத்தூரில் அய்யப்பன் கதை நிகழ்ச்சி. அந்த மார்கழி மாதக் குளிரிலும் கூட்டம் நிரம்பி வழிகிறது. மாலையணிந்த அய்யப்ப பக்தர்கள் அனைவருமே மேடையின் முன்னால் கூடியிருக்கிறார்கள். நிகழ்ச்சி இனிதே முடிந்தது. மங்களம் பாடுகிறார். பிரபல தொழில் அதிபர் ஜி.கே. சுந்தரம் அவர்களின் உறவினர் (அவருடைய சகோதரியாக இருக்கலாம்) வேந்தரின் முன்னால் வந்து நின்று கைகூப்பி வணங்குகிறார். அந்த அம்மையாரின் கையிலே ஒரு 60 பக்க நோட்டு.

'உங்களைப் பற்றியும் உங்களின் வில்லிசை பற்றியும் நிறையக் கேள்விப்பட்டிருக்கிறேன். நானே உங்களை வந்து உங்கள் ஊரிலேயே சந்திக்கலாம் என எண்ணியிருந்தேன். இன்று உங்களுடைய கச்சேரி கேட்டேன். எனக்கு முழு திருப்தி, வாழ்த்துகள்.'

'என்னை நேரிலே வந்து சந்திக்கிற அளவுக்கு என்னம்மா விஷயம்.' வேந்தர் கேட்கிறார்.

'இது நாங்கள் வணங்கும் எங்கள் குல தெய்வம் சக்தி ரேணுகா தேவியினுடைய வரலாறு. இந்த வரலாற்றை நீங்கள் வில்லுப் பாட்டாகப் பாட வேண்டும். இதிலுள்ள வரலாற்றுக் குறிப்புக்களை மாற்றிவிடாமல் கதை எழுதி முடித்தவுடன் எனக்குத் தகவல்

தெரிவித்தால் நிகழ்ச்சிக்கான தேதியை அறிவிப்பேன்' என்று சொல்லி அந்த நோட்டையும் 500 ரூபாய் பணம் அட்வான்சும் கொடுத்தார்.

ஊருக்கு வந்தவுடன் பல ஊர்களிலும் நிகழ்ச்சி. வேந்தரோ அந்த விஷயத்தையே மறந்துவிட்டார். ஒரு மாதம் கழித்து கோயம்புத்தூரிலிருந்து அந்த அம்மையாரின் கடிதம் வருகிறது. 'கதை ரெடியாகி விட்டதா? ரெடியாகிவிட்டால் உடனே தகவல் தாருங்கள். நான் என்னுடைய உறவினர் சிலரை அனுப்பி வைக்கிறேன். அவர்களிடம் நீங்கள் கதையைப் பாடிக் காண்பிக்க வேண்டும். அவர்களுக்குத் திருப்தி என்றால் தேதி ரெடி. எவ்வளவு பணம் வேண்டுமானாலும் வருகிற என் உறவினரிடம் கேட்டு வாங்கிக் கொள்ளவும்.'

வேந்தருக்கோ சந்தோஷம். ஏனெனில் அப்போது ஒரு நிகழ்ச்சிக்கு முழுத் தொகையே ரூபாய் ஐநூறுதான், விடுவாரா? உடனடியாக அந்த நோட்டைத் தேடி எடுத்துப் படிக்க முயன்றபோதுதான் தெரிந்தது. அந்த நோட்டில் எழுதப்பட்டிருந்த சரித்திரம் தமிழ் எழுத்துக்களில் தெலுங்கு வார்த்தைகளால் எழுதப்பட்டிருந்தது. ஆனாலும் வேந்தர் அவர்கள் 'வருகிற வெள்ளிக்கிழமை உங்கள் வகையறா ஆட்களை அனுப்பி வையுங்கள். கதை ரெடி' என்று பதில் எழுதிவிட்டார். கடிதம் வந்தது திங்கள்கிழமை. அன்று தோவாளையில் நிகழ்ச்சி. செவ்வாய் மதுரை, புதன் திருச்சி என்று மூன்று நாள்கள் நிகழ்ச்சிகளை முடித்துக்கொண்டு வியாழன் அன்று ஊர் திரும்பியதும் முதல் வேலையாக அந்த நோட்டை எடுத்து, தன்னுடைய பின்பாட்டுக்காரரான அய்யனாவை அழைத்து, முதலில் இக்கதையைத் தமிழில் எழுதுங்கள் என்று சொல்லிவிட்டு ஆழ்ந்த உறக்கத்தில் ஆழ்ந்துவிட்டார். அய்யன்னா என்று வேந்தரால் அன்பாக அழைக்கப்பெற்ற ஐயப்ப நாயக்கர் அவர்கள் தெலுங்கைத் தாய்மொழியாகக் கொண்டவர். ஆகையால் அவரும் டைப்பிஸ்ட் வண்ணமுத்துப் பிள்ளையவர்களும் சேர்ந்து கதை அனைத்தையும் தமிழில் எழுதி முடிக்கிறார்கள்.

இரவு 9 மணிக்குத் தொடங்கி நள்ளிரவு 2 மணிவரை மேற்படி கதையைப் பாட்டாகவும் வசனமாகவும் எழுதித் தயாரித்து பெரிய சைஸ் நோட்டில் கொண்டு வரப்பட்டது. மறுநாள் காலையில் 4, 5 நோட்டுகளில் பாட்டுக்களின் முத்தாய்ப்பு வரிகள், எல்லோரும் சேர்ந்து பாடும் வரிகள் என்று பிரித்து எழுதப்பட்டது. பகல் 1 மணிக்கு மதியச் சாப்பாடு முடிந்து திரும்பியதும் வேந்தர் நோட்டை ஒரு

பார்வை பார்த்தார். வாத்தியங்களை ரெடியாக்கி சுருதி சேர்க்கச் சொன்னார். வில்லினை வளைத்து நாண்பூட்டி ரெடியானதும் வில் மணியைத் தட்டிக்கொண்டிருக்கும் போதே அம்மையாரின் ஆள்கள் மூன்று பேர் வந்து நிற்கவும் சரியாக இருந்தது. நிகழ்ச்சியைத் தயங்காமல் துவக்கிவிட்டார். ஒத்திகையும் அரங்கேற்றமும் ஒரே சமயத்தில், எவ்வளவு துணிவும் தன்னம்பிக்கையும் வேண்டும். வேந்தரல்லவா?

அந்தக் கதையில் நாயகன் ஆந்திர மன்னர் ஒருவரிடம் போர்ப் படைத் தளபதியாக இருக்கிறான். அந்தத் தளபதிக்கும் ரேணுகா தேவிக்கும் திருமணம் விமர்சையாய் நடக்கிறது. திருமணச் சடங்குகள் அனைத்தும் முடிவடைகின்றன. மன்னரிடமிருந்து உத்தரவு, போர் ஆணை, அறிவிப்பு. மஞ்சள் கங்கணத்துடன் மணக்கோலம் முடித்த கையோடு தளபதி போர்முனை செல்கிறார். மூன்று நாள்கள் கடும் சண்டை நடக்கிறது. புது மாப்பிள்ளையான தளபதி போரில் வீர மரணம் அடைகிறார். குடும்பத்தில் சோகம் அப்பிக்கொள்கிறது. அந்தக் காலத்தில் ஒரு சம்பிரதாயம். கணவர் இறந்தால் பெருந் தனக்காரர்கள், மன்னர் குடும்பத்தினரின் மனைவிமார்கள் தீயை வளர்த்து அதனுள் பாய்ந்து உடன்கட்டை ஏறி, தன் உயிரை மாய்த்துக் கொள்வது வழக்கம். இங்கு ரேணுகாதேவியும் அந்த முடிவுக்கு வருகிறாள். கங்கணம் கட்டி, திருநாண் பூட்டி தன்னை அலங்கரிக்கிறாள். தன் நாட்டைக் காப்பாற்ற போர்மேவிப் புறப்பட்டு உயிர் நீத்தவருக்குப் பத்தினி தீயில் இறங்கும் முடிவைக் கண்ட மக்கள் கண்ணீர்க் கடலில் மூழ்கினர். அந்தத் தீயை வளர்க்கும் பணி, போயர் என்னும் ஒரு இனத்தவரின் பணியாகும். ரேணுகாதேவி கூறுவதாக ஒரு பாட்டு, முகாரி ராகத்தில் வேந்தர் சந்தத்துடன் பாடுகிறார். 'மார போயனைக் கூப்பிடுங்கள்' என்று ஒரு இழுப்பு. கோவையிலிருந்து வந்து உட்கார்ந்திருக்கும் பிரபலஸ்தர்கள் மூவருக்கும் கண்ணீரை அடக்க முடியவில்லை. சிறிது நேரம் நிசப்தம். பிறகு பாடி முடித்தார்.

'இந்த விதமாக ரேணுகாதேவி தீயில் குளிக்கவும் பத்தினி தெய்வமாகி சக்தி ரேணுகாதேவி என்று அழைத்தும் துதித்தும் வந்தனர். அவரது வம்சத்தார் சக்தி ரேணுகாதேவிக்குக் கோவில் அமைத்து இன்றுவரை வணங்கப்பட்டு குலதெய்வமாகத் திகழ்கிறாள் சக்தி ரேணுகாதேவி. வாழ்க பல்லாண்டு காலம், வாழ்க ரேணுகா தேவி புகழ் வாழிய வாழியவே' என்று முடித்தார்.

கோயம்புத்தூர்காரர்கள் அந்த இடத்திலேயே நிகழ்ச்சிக்கு தேதியும் வாங்கிக் கொண்டு, அட்வான்ஸ் பணம் 500 போக மேலும் 1000 ரூபாய் கொடுத்தார்கள். அன்றிலிருந்து ஒவ்வொரு ஆண்டும் கோவையில் சக்தி ரேணுகா தேவியின் கதையை வில்லிசையாக வேந்தர் பாடி வந்தார். தொழிலதிபர் ஜி.கே. சுந்தரம் குடும்பத்தாரின் நன்மதிப்பையும் பெற்றார்.

# 12

## கல்கத்தா மாமி கதை

பொதுவாக, கலைஞர்களை இரண்டு பிரிவுகளாகப் பிரிக்கலாம். தான் வாழும் காலத்திலேயே பெயரும் புகழும் பெற்றவர்கள். மறைவிற்குப் பின்னர் பெயரும் புகழும் பெற்றவர்கள். இதில் முதலாவது பிரிவில் வருகிறவர் பிச்சைக்குட்டியவர்கள். வாழ்ந்த காலத்திலேயே பெயரும் புகழும் பெற்றவர். முழுக்க முழுக்க கிராமிய வாத்தியக் கருவிகளை மட்டுமே வைத்துக்கொண்டு, எவ்வித மேனாமினுக்கித்தனமும் இல்லாது உட்கார்ந்த இடத்திலேயே உட்கார்ந்து தன்னுடைய குரல் வளத்தாலும் கதை நிகழ்த்தும் விதத்தாலும் கூட்டத்தை வசீகரித்து மெய்மறக்கச் செய்தவர். அந்த வகையில் வில்லிசையை இந்தியா முழுமைக்கும் உலகின் பல நாடுகளுக்கும் எடுத்துச் சென்று தமிழுக்கும் தமிழ் இசைக்கும் புகழ் சேர்த்தவர் வேந்தர் என்றால் அது மிகையல்ல.

முதல் நாள் சித்திரியில் கதை பண்ணிவிட்டு டன்பாத் வழியாக கல்கத்தா போய்ச் சேர்கிறது பிச்சைக்குட்டியின் வில்லிசைக் குழு. நிகழ்ச்சிக்கு முதல் நாள் கல்கத்தா தமிழ்ச் சங்கத்தில் வேந்தருக்கு மாபெரும் வரவேற்பு. சிற்றுண்டி விருந்து. பாரதியைப் பற்றி வேந்தரின் சொற்பொழிவு. இரவு கல்கத்தாவைச் சுற்றிக் காண்பிக்கிறார்கள் அங்குள்ள தமிழ் நண்பர்கள். அப்படி சுற்றிப் பார்த்து வரும் போது அங்குள்ள பனாரஸ் சில்க் ஹவுஸ் என்ற பெயரில் பட்டு ஜவுளிக் கடை வேந்தரின் கண்ணில் படுகிறது.

மறுநாள் கச்சேரி. பெரும்பாலும் பிராமண சமூகத்தைச் சேர்ந்த ஆண்களும் பெண்களும் திரளாகக் கூடியிருக்கிறார்கள். கச்சேரிக்கு இடையே வசனத்தில் வரும் சொல் பிரயோக வேறுபாட்டை நகைச்சுவையாக விளக்குகிறார். 'பொதுவாக ஒருவனைப் பார்த்து மாடு மாதிரி என்றால் கோபப்படுவான். அவனையே பசுவைப்

போன்ற சாதுவானவன் என்றால் அமைதியாவான்' என்றார் வேந்தர்.

'ஒருநாள் ஆபீசர் ஒருவர் (வந்திருந்தவர்களில் பெரும் பாலானவர்கள் ஆபீசர்கள்) காலையில் மார்க்கெட்டுக்குப் போய்க் காய்கறி வாங்கி வந்து கொடுத்துவிட்டுப் பேப்பர் படித்துக் கொண்டிருக்கிறார். மாமி காய்கறிகளில் சில சொத்தைக் காய்கள் இருப்பதைக் கண்டதும் கோபமடைந்து ஆபீசரைப் பார்த்துக் கோபமாக, 'கண்ணில்ல. பார்த்து காய்கறி வாங்கத் துப்பில்ல' என்று திட்டுகிறார். ஆபீஸரோ வசவை வாங்கிக்கொண்டு மனவருத்தத்துடன் ஸ்நானம் முடித்து ஆபீஸ் போய்விட்டார். சோகமாக இருக்கிறார். அன்றைக்குப் பார்த்து ரொம்ப நாளாக வராமல் கிடந்த அரியர்ஸ் பணம் நாலாயிரம் ரூபாய் வந்துவிட்டது. ஆபீசருக்கு ஒரே சந்தோஷம், பணத்தைக் கையில் வாங்கியதும் காலையில் வீட்டில் நடந்த விஷயத்தை நினைத்துப் பார்க்கிறார். சொத்தைக் கத்தரிக்காயைக் கவனமில்லாமல் வாங்கி வந்ததற்காக மாமிக்கு வந்த கோபம் ஆபீசரின் மனசில் நிழலாடுகிறது. உடனே எப்படியும் அவளை இன்று சமாதானப்படுத்த வேண்டும் என்று நினைக்கிறார். பலவாறு யோசித்து ஒரு ஐடியா பண்ணுகிறார். ஆபீஸ் முடிந்ததும் நேராக பனாரஸ் சில்க் ஹவுஸ் போகிறார். சென்ற மாதம் மாமி பிரியப்பட்டுக் கேட்டு, வாங்க இயலாமல்போன அரக்குக் கலர் பட்டுப்புடவையை இரண்டாயிரம் ரூபாய் கொடுத்து வாங்கினார். தனக்குள்ளேயே இவ்வாறு சொல்லிக் கொள்கிறார்.

'உடனே வீட்டிற்குப் போகக்கூடாது. பிள்ளைகள் எல்லாம் உறங்கின பிற்பாடுதான் போகவேண்டும். போனவுடன் சஸ்பென்சாக இந்தப் புடவையைக் கொடுத்து அவள் கோபத்தைப் போக்க வேண்டும். அவள் அடையும் பரவசத்தை ரசிக்க வேண்டும்' என்று முடிவு செய்து நேரே வீட்டிற்குப் போகாமல் ஒரு சினிமாவுக்குப் போகிறார். நேரம் இரவு 9.30. அப்படியே ஒரு ரஸகுல்லா ஸ்வீட் பார்சல் வாங்கிக்கொள்கிறார். சந்தோஷமாகப் போய்க் கதவைத் தட்டுகிறார். 'என்ன இவ்வளவு நேரம்' என்று சலித்துக்கொண்டே கதவைத் திறந்த மாமியின் கையில் ஸ்வீட் பார்சலையும் புடவைப் பார்சலையும் தருகிறார். வாங்கிப் பிரித்துப் பார்த்த மாமிக்கு சந்தோஷம் பிடிபடவில்லை. முகம் மலர ஆபீசரின் கன்னத்தைத் தட்டியபடியே 'என் கண்ணுல்ல' என்கிறாள். காலையில் சொத்தைக் கத்தரிக்காயைப் பார்த்ததும் 'கண்ணில்ல. பார்த்து வாங்க வேண்டாம்' என்று கோபப்பட்ட அதே மாமி அதே தினம் இரவில் பட்டுப்

புடவையைப் பார்த்ததும் சந்தோஷத்துடன் 'என் கண்ணில்ல' என்கிறார். காலையில் சொன்ன 'கண்ணில்ல' வேறு அர்த்தம். அந்தக் 'கண்ணில்ல' என்பதற்கு, 'உமக்கு கண் இல்லையா, பார்த்து வாங்க வேண்டியதுதானே' என்று அர்த்தம். இப்போது சொல்வது என்னுடைய கண்ணைப் போன்றவர் என்று மகிழ்ச்சியில் கூறுவது என்று வேந்தர் விளக்கவும், சிரிப்புக்குக் கேட்கவா வேண்டும். பெண்கள் பக்கமிருந்து ஒரே ஆரவாரம். ஏனெனில் எல்லோருடைய வீட்டிலும் இப்படி ஒரு சந்தர்ப்பம் நடந்திருக்கலாம் என்று நினைக்கத் தோன்றுகிறது. நிகழ்ச்சி நடந்த இடமான 'சவுத் இந்தியா பஜன சமாஜம்' அன்று கூட்டத்தாலும் சந்தோஷத்தாலும் நிரம்பி வழிந்தது.

# 13

## ராமர் ஒடித்த வில்

வாழ்க்கையில் ஒரு சிலருக்கு மட்டுமே கிடைக்கக்கூடிய அபூர்வ வாய்ப்பு வில்லிசை வேந்தர் பிச்சைக்குட்டி அவர்களுக்கு அவர் வாழும் காலத்திலேயே கிடைத்திருந்தது. அவருக்குக் கிடைத்திருந்த அந்தக் கௌரவம் கிராமியக் கலையான வில்லிசைக்குக் கிடைத்த கௌரவமாகக்கூட நாம் எடுத்துக்கொள்ளலாம். வேந்தர் வாழும் காலத்தில் முதலமைச்சர் தொடங்கி மந்திரிகள், உயர் அதிகாரிகள், நாடகக் கலைஞர்கள், திரைப்பட நடிகர்கள், எழுத்தாளர்கள், பின்னணிப் பாடகர்கள், முக்கியப் பிரமுகர்கள் அனைவருமே வில்லிசை வேந்தர் பிச்சைக்குட்டிக்குப் பரிச்சயமானவர்களே.

வேந்தர் அவர்கள் சாத்தூரில் உள்ள ஆயிரம் வைசிய உயர்நிலைப் பள்ளியில் ஆசிரியராகப் பணியாற்றிய நேரம். பள்ளி நிர்வாகம் பள்ளியின் கட்டிட வேலைக்காக நிதி திரட்டும் பொருட்டு, திரைப்பட நடிகரும் வில்லிசைக் கலைஞருமான உயர்திரு என். எஸ். கிருஷ்ணன் அவர்களை வைத்து ஒரு நிகழ்ச்சிக்கு ஏற்பாடு செய்து நிதி திரட்ட முடிவு செய்து அந்த வேலையை வேந்தரிடமே ஒப்படைத்தது. அந்தப் பொறுப்பை ஏற்றுக்கொண்டு வேந்தர் அவர்கள் என்எஸ்கே அவர்களைச் சந்திப்பதற்காகச் சென்னை சென்றார்.

என்எஸ்கேயைச் சந்தித்து விஷயத்தைச் சொன்ன உடனேயே மறுப்பேதும் சொல்லாமல் ஒப்புக்கொண்டதோடு, 'பள்ளிக்கூட விஷயமா, அப்போ பள்ளிக்கூடம் சம்பந்தமான கிந்தனார் கதையையே செய்தால் போயிற்று. மற்றப்படி வாத்தியங்கள்தான் உங்களிடம் இருக்குமே' என்றார்.

'வில், உடுக்கு, டோலக், குடம், ஆர்மோனியம், ஜால்ரா, அத்துடன் வாத்தியக்காரர்களும் இருக்கிறார்கள்.'

'பின்னே என்ன விளாசிப்புடுவோம் விளாசி'

'எல்லாம் சரிதான் ஆனால்...'

'ஆனா என்ன ஆவன்னா என்ன. விஷயத்தச் சொல்லப்பா என்ன செய்யணும், என்ன தயக்கம்.'

'மதுரம் அம்மாவும் வந்தால் நல்லா இருக்கும்.'

வேந்தர் இப்படிச் சொன்ன உடனேயே பக்கத்து அறையில் இருந்த மதுரம் அம்மையார் வேகமாக வந்தார். 'அடே, வில்லுக்கு நான் இல்லாமலா, ரெண்டு பேருமே வர்றோம் தம்பி' என்று சந்தோஷத்துடன் சொன்னதுடன் தேதியும் கொடுத்து உபசரித்து அனுப்பிவைத்தார்கள். வேந்தரும் நிகழ்ச்சிக்கான ஏற்பாடுகளைச் செய்யலானார்.

குறிப்பிட்ட நாளன்று சொன்னபடியே கலைவாணரும் மதுரம் அம்மையாரும் வந்துவிட்டார்கள். நம்முடைய வேந்தர் அவர்களுடைய வில்லைப் பார்த்ததும் இருவருக்கும் ஒரே ஆச்சரியம். ஏனெனில் வேந்தருடைய 'வில்' ஒரு டைப். அது மூன்று பாகமாக இருக்கும். மூன்றையும் நட்டுப் போட்டு, முறுக்கு உறை போட்டு, பிறகு வளைத்து நாண் ஏற்ற வேண்டும். அசல் கூந்தல் பனையில் செய்தது. எவ்வளவு வளைத்தாலும் சாமானியமாக ஒடியாது. இது எதற்காக என்றால் அடக்கமாக 9 இஞ்ச் அகலம் 4 அடி நீள மரப்பெட்டிக்குள் அடைத்து காருக்குள்ளேயே சூட்கேஸ் மாதிரி வைத்துக்கொண்டு பயணம் செய்யும் விதமாக வடிவமைக்கப் பட்டது.

என்எஸ்கே, கொத்தமங்கலம் சுப்பு, வில்லிசைக் கலைஞர்கள் ஆகியோர் ஒரே வில்லாக நாணேற்றி காரின் மேலே கட்டிக் கொண்டுபோவார்கள். காரில் போகும் போதோ மற்றைய சூழ்நிலை களிலோ வில்லிசைக் கோஷ்டி என்பது பார்ப்பவர்களுக்கு உடனே தெரிந்துவிடும். சில சமயம் கூட்டமும் கூடிவிடும். இது ஒரு பக்கம் பிரபல கலைஞர்களுக்குச் சங்கடம் தரும் சமாச்சாரம். அதைத் தவிர்ப்பதற்காகவே வேந்தர் பிச்சைக்குட்டியவர்கள் இப்படியொரு ஏற்பாட்டை மிக நூதனமாகச் செய்திருக்கிறார்.

'வில்'லை ஆச்சரியமாகப் பார்த்த மதுரம் அம்மையார், தன் கணவரிடம் சொன்னார். 'இங்க பாருங்கள். தம்பி வச்சிருக்கிற வில் எப்படி அழகா, அடக்கமா, ஒரு பெட்டிக்குள்ள. நம்ம வில் கார் நீளத்துக்கு. பார்த்ததும் ஊரு ஊருக்கு என்எஸ்கே போறார். டோய்ன்னு கத்துறாங்க' என்றார்.

வில்லை கவனமாகப் பார்த்து ரசித்த கலைவாணர் அவர்கள் கோபமாகச் சொன்னார். 'என்ன சொன்ன என் வில்லை, இது பரசுராமர் வில். தம்பியோட வில்லு ராமர் ஒடிச்ச வில்லு. பாத்தியா துண்டு துண்டா இருக்கு.'

வேந்தருக்கோ வருத்தம். ஆனால் காட்டிக்கொள்ளவில்லை. முகம் இலேசாய் சுருங்கியது.

'தம்பி, சும்மா ஒரு பதில் சொல்லணுமில்ல அதுக்குத்தான் சொன்னேன், தப்பா எடுத்துக்க வேணாம். எனக்கும் இதே டைப்ல ஒன்று செய்து, இதே மாதிரி மரப்பெட்டியும் செய்து அனுப்பணும்' என்று கேட்டுக்கொண்டார். அதன்படி வேந்தர் அவர்கள் அனுப்பி வைத்தார்கள். பின்னாளில் எஸ்.எஸ்.ராஜேந்திரன் அவர்களுக்கும் இதே போல் ஒரு வில் செய்து வேந்தரின் மகன் பார்வதிநாதன் அனுப்பிவைத்தார்கள்.

## 14

# யார் அந்தக் கறுப்பு ராஜகுமாரன்

வில்லிசை வேந்தர் பிச்சைக்குட்டியிடம் ஒரு பழக்கம் உண்டு. அதாவது கதை பண்ணிக்கொண்டிருக்கும் போது கூட்டத்தில் தொந்தரவு செய்தாலோ, சலசலவென்று பேசிக்கொண்டு இருந்தாலோ கோபப் படமாட்டார். ஆனால் நடத்திக்கொண்டிருக்கிற கதையோடு சேர்த்து, மேற்படி இடைஞ்சல் செய்யும் நபரையும் சேர்த்துக் கோர்த்து ஏதாவது சொல்லிவிடுவார். கூட்டம் ஆரவாரிக்கும். இடைஞ்சல் செய்த நபரோ அப்படியே வெட்கப்பட்டு அமைதியாக உட்கார்ந்து விடுவார், அல்லது எழுந்து போய்விடுவார்.

கோவில்பட்டி செண்பகவல்லியம்மன் கோயில் விழாக்காலம். அன்று வேந்தரின் நிகழ்ச்சி. கதை 'சீதா கல்யாணம்.' *தினத்தந்தி* நிருபர் மற்றும் ஏஜென்ட் எஸ்கேடி சவுந்திரபாண்டியன் அவர்கள் வேந்தருக்கு மிகவும் நெருக்கமானவர். சில வார இதழ்களில் பல செய்திகளை வெளியிட்டு 'சொன்னவர் பிச்சைக்குட்டி, கேட்டவர் எஸ்கேடி' என்றெல்லாம் போடுவார்.

அன்றைய தினம் எஸ்கேடி சவுந்திரபாண்டியன் அவர்களும் கூட்டத்தோடு உட்கார்ந்து நிகழ்ச்சியை ரசித்துக்கொண்டிருக்கிறார். நண்பருக்குப் புகைபிடிக்கும் பழக்கம் உண்டாகையால் அடிக்கடி எழுந்துபோக, பின்னர் உள்ளே வந்து உட்கார, இப்படியே இருந்திருப்பார் போலும். கதையில் யாகக் கடமையை முடித்துவிட்டு இராமர், இலட்சுமணர், கவுசிகர் மூவரும் மிதிலைப் பட்டணம் வருகிற கட்டம். எஸ்கேடி சவுந்திரபாண்டியன் சிகரெட் குடித்து முடிந்ததும் கூட்டத்திற்குள் போய் உட்கார்வதற்காகக் காத்துக்கொண்டு நிற்கிறார். இப்போது கதையில் சுயம்வரத்திற்கு வரும் அரச குமாரர்களை தோழியர்கள் கேலி கிண்டல் செய்யும் காட்சி.

தோழி- *1:* 'யாருடி இது மம்பட்டி மாதிரி பல்லை வைத்துக் கொண்டு'

தோழி - 2: 'இவர்தான்டி பல்லவ நாட்டு இளவரசன் பல்லவராயன். சீதை கிட்டப் போனா மூக்கையோ, முகத்தையோ தோண்டிருவான் தோண்டி' என்றவுடன் கூட்டத்தில் ஒரே சிரிப்பு.

அந்த நேரம் பார்த்து நமது எஸ்கேடி அவர்கள் விடுவிடுவெனக் கூட்டத்திற்குள் நுழைகிறார். ஒரு விஷயம், நமது எஸ்கேடி அவர்கள் கறுப்பு நிறம்.

இவரைப் பார்த்ததும் வேந்தர், 'ஏன்டி, இது யார் இந்தக் கறுப்பு ராஜகுமாரன்.'

'அதுவா, அவர்தான்டி கறுத்தபாண்டியன், பாண்டிய நாட்டு மன்னன்' என்று சொல்லவும், கூட்டம் முழுவதும் எஸ்கேடி அவர்களைப் பார்க்க, கூட்டத்தில் ஒருவன், 'அடேய், நம்ம சவுந்திரபாண்டியன் டோய்' என்று கத்த கூட்டம் ஆரவாரத்துடன் சிரிக்க அந்த இடத்திலேயே படக்கென உட்கார்ந்துவிட்டார் எஸ்கேடி. எழுந்திருக்க முடியவில்லை. எழுந்தால் எல்லோரும் சிரிக்கிறார்கள். கதை விறுவிறுப்பாகப் போய்க்கொண்டிருந்தது. 'அண்ணலும் நோக்கினான் அவளும் நோக்கினாள்.' கடந்து, ஏடவில் மாலையென எடுத்து நாண் ஏற்றவும், எடுத்தது கண்டனர், இற்றது கேட்டனர்' என்று ஒரு வழியாக ஸ்ரீராமனை வில்லை ஒடிக்கச் செய்து, தசரதனுக்கு ஓலையனுப்பி அனைவரையும் வரச்செய்து, ஸ்ரீராமனையும் சீதாதேவியையும் மணமேடையில் அமர்த்தி மங்கையர்கள் ஆயிரம் பேர் வாழ்த்தொலிகள் முழங்கவென வேந்தர் திருமணம் நடத்த கோவில்பட்டிப் பெண்கள் குலவையிட சீதாதேவி கல்யாணம் இனிதே நடந்தேறியது. நமது எஸ்கேடி அவர்களோ உட்கார்ந்த இடத்தைவிட்டு அசையவில்லை.

மறுநாள் மதுரை சோமுவின் கச்சேரி. வேந்தர் அவர்கள் சோமுவின் பரம ரசிகர். நாளை எப்படியும் சோமு கச்சேரிக்கு வேந்தர் வரும்போது இதே மேடையில் வேந்தரை அவமானப்படுத்த வேண்டும் என்று நினைத்துக்கொண்டார் நண்பர் எஸ்கேடி அவர்கள். வேந்தரின் உதவியாளர் டைப்பிஸ்ட் வண்ணமுத்துப் பிள்ளையிடம், 'கோவில் பட்டிக்காரனான என்னைப் பார்த்துச் சிரிக்க வைத்துவிட்டார் இல்லையா. நாளை பாருங்கள் இதே கோவில்பட்டிக்காரன் இவரைப் பார்த்து சிரிக்கப் போகிறான். வராமல் மட்டும் இருந்துவிடாதீர்கள்'

என்று கறுவினார். டைப்பிஸ்ட் சாருக்கு ஒன்றும் புரியவில்லை. வேந்தரைப் பார்த்து மக்களைச் சிரிக்கவைக்க என்ன திட்டம் வைத்திருக் கிறாரோ என்று பயந்தபடியே போய்விட்டார்.

காரில் சாத்தூர் திரும்பும் போது எஸ்கேடியின் வருத்தத்தைப் பற்றிப் பேசிய போது 'அடடே, சீரியஸாக எடுத்துக்கொண்டாரோ. முன்னமே தெரிந்திருந்தால் அவரிடம் என்னுடைய வருத்தத்தைத் தெரிவித்திருக்கலாமே' என்று சொன்னார். மறுநாள் அவர் என்ன செய்யப் போகிறார் என்றோ, என்ன திட்டம் வைத்திருக்கிறார் என்பது பற்றியோ வேந்தர் கவலைப்படவில்லை. ஏனெனில் மறுநாள் சோமுவின் கச்சேரி. பாட்டுக் கேட்க மட்டுமே போகும் வேந்தரை எப்படி அவமானப்படுத்த முடியும். ஆனாலும் மறுநாள் எஸ்கேடியின் முயற்சி பலிக்கவில்லை. வேந்தரே வென்றார்.

## 15

## வேந்தர் சொன்ன அப்பளக் கதை

மறுநாள் சொன்னபடியே சோமண்ணனின் கச்சேரி. வேந்தர் பிச்சைக்குட்டிக்கு எவ்வளவு ரசிகர்கள் உண்டோ அதற்குச் சற்றும் குறையாத ரசிகர் பட்டாளம் கோவில்பட்டியில் சோமுவுக்கும் உண்டு. சோமுவும் பிச்சைக்குட்டியும் ஆத்மார்த்த நண்பர்களுமாவார்கள். சோமு கச்சேரி கேட்பதாக இருந்தால் வேந்தருக்கு ஒரு வெறியே உண்டு என்று சொல்லலாம். அந்த அளவுக்குக் கேட்டு ரசிப்பார். சரியான கூட்டம். வேந்தருக்கு விழா மேடையின் அருகிலேயே உட்கார்ந்து கேட்க இடவசதி செய்திருந்தார்கள். எஸ்கேடி அவர்களுக்கோ ஒரே சந்தோஷம். அவருடைய பிளான் என்னவென்று யாருக்கும் தெரியாது. வேந்தரின் உதவியாளரான டைப்பிஸ்ட் சாருக்கோ ஒரே கலக்கம். எஸ்கேடி விஷயத்தை வேந்தரிடம் சொல்லிவிடலாமா என்று தயக்கமும்கூட. சோமண்ணன் கம்பீர நாட்டையில் துவக்கி தோடி, கல்யாணி, சாருகேசி என்றெல்லாம் சஞ்சாரம் செய்து நவராகத்தில் கூட்டத்தைச் சொக்க வைத்துக்கொண்டிருக்கிறார். மணி இரவு 12. விழா கமிட்டியார்கள் வித்வான்களுக்கு மாலை போடக் காத்துக்கொண்டிருக்கிறார்கள்.

கோவில்பட்டியைப் பொறுத்தவரையில் நிகழ்ச்சியில் யார் குறுக்கிட்டாலும் நாற வசவுதான். 200க்கும் மேல் ரசிக வெறியர்கள் உண்டு. சோமண்ணன் கச்சேரியில் ஒரு விசேஷம் ஒரு பாட்டு முடிந்தவுடன் அடுத்த வினாடியே வேறு பாட்டோ, ஆலாபனையோ தொடங்கிவிடும். பிரேக்கே கிடையாது. மாலை போடுகிறவர் களுக்கு நேரமே கிடைக்காது. நேரம் 12. 15. நமது எஸ்கேடி அவர்கள் விழாக் கமிட்டியாரிடம் சென்று, ஏதோ ரகசியம் பேச, கமிட்டித் தலைவர் வேந்தரிடம் வந்து 'மாலை போடணும் அண்ணே' என்றார்.

'ஏன் போடலாமே' என்றார் வேந்தர். 'கிட்ட நெருங்கவே முடியாது கெட்ட வசவு வைவார்கள். 'போல ஆக்கங் கெட்ட மூதி. மால மயிரு' என்றெல்லாம் திட்டுவாங்கண்ணே' என்றார் கமிட்டித் தலைவர். வேந்தரோ 'இவ்வளவுதானே மாலையுடன் வாருங்கள்' என்று சொல்லிவிட்டு விறுவிறுவென்று மேடையை நோக்கி நடந்தார்.

எஸ்கேடி டைப்பிஸ்ட் சாரிடம் வேகமாக வந்து, 'இப்பப் பாருங்கள் வேடிக்கையை, என்ன பாடு படப்போகிறார் உங்கள் பிச்சைக்குட்டி என்று. மாலை போட்டுருவாரா, வசவு உறிச்சிருவாங்க பசங்க' என்றார். டைப்பிஸ்ட் சாருக்கோ வருத்தம்தான். அதைக் காட்டிக் கொள்ளாமல் 'அதெல்லாம் நடக்காது' என்றார். எஸ்கேடியோ, 'நடக்காதா பாப்பம், என்னைய அவமானப்படுத்திட்டார்ல, இப்ப அவர் படுற பாட்டப் பாருங்க' என்றார்.

விறுவிறுவென்று மேடையில் ஏறினார் வேந்தர். ஒரு வினாடி நேரம்தான் மைக்கைப் பிடித்தார். ஆரம்பிக்கிறார். 'இப்படித்தான் ஒரு வெள்ளைக்காரன் திருநெல்வேலியில் கலெக்டராக இருந்தான். பின் லண்டன் சென்றுவிட்டான்' என ஆரம்பித்தார். சங்கீதத்தை ரசித்துக் கொண்டிருந்தவர்கள் ஏதோ கதை என்று காதுகளைக் கூர்மையாக்கி அமைதியாய் கேட்க ஆரம்பித்துவிட்டார்கள்.

'அந்த வெள்ளைக்காரன் இங்கு இருக்கும் போது விருந்துகளில் அப்பளம் சாப்பிட்டிருப்பான் போலிருக்கு. லண்டன் சென்று அவனும் அவனது குடும்பமும் இந்தியாவில் உள்ள அப்பளத்தின் மென்மை, ருசி இவற்றைப் பற்றி அவனது நண்பர்களிடம் சொல்ல, அவர்கள் எல்லோரும் கலெக்டர் அவர்கள் தன்னிடம் வேலை பார்த்த தாசில்தார் ஒருவருக்குக் கடிதம் எழுதினார். 5000 அப்பளங்கள் உடனடியாக ஏர் பார்சலில் அனுப்பி வைக்கும்படியும், அதற்குரிய பணத்தையும் பேங்க் மூலமாக அனுப்பி வைத்திருந்தார். தாசில்தார் ரமணி அய்யருக்கோ சந்தோஷம். அவர் மனைவியிடம் சொல்ல, அவளும் கடையில் வாங்கினால் சருகாக உலர்ந்திருக்கும் என்று சொல்லி, தானும் பிள்ளைகளுமாக நல்ல உளுந்து வாங்கி தாராளமாக எண்ணெய் விட்டு மிகவும் அருமையாக ஐயாயிரம் அப்பளங்கள் ரெடி பண்ணிவிட்டார். தாசில்தார் தனது உதவி ஆள்களுடன் பார்சல் தயார் செய்தார். எப்படி? அப்பளங்கள் ஒன்றோடொன்று ஒட்டிவிடக் கூடாதென்று வாழை இலைகள் வாங்கி, அப்பளம் சைசுக்கு ரவுண்டு ரவுண்டாகக் கத்தரித்து, ஒரு அப்பளம் அதன்மேல் ஒரு ரவுண்டு இலை என வைத்து பார்சல் செய்து

அனுப்பிவிட்டார். அதுவும் போய்ச் சேர்ந்து வெள்ளைக்கார கலெக்டரிடமிருந்து ஏர்மெயில் தபால் வந்தது.

கலெக்டர் எழுதியது, அப்பளம் வெரி டேஸ்ட், நானும் எனது நண்பர்களும் ருசித்துச் சாப்பிட்டோம். சாப்பிட்ட அனைவருமே தனித் தனியாக அப்பளம் வேண்டும் என்று கேட்கிறார்கள். உடனடியாக இதேபோல் ஒரு லட்சம் அப்பளங்கள் அனுப்பி வைக்கவும், உரிய பணத்திற்கு வங்கி மூலம் பணம் அனுப்பி யிருக்கிறேன்' என்று எழுதியதோடு பின்குறிப்பு என்று எழுதி, இவ்வாறு எழுதியிருந்தார்கள்.

நீங்கள் அனுப்பிய அப்பளத்தில் மாவு மாதிரி ஒட்டியிருந்தது. அதை பக்குவமாகச் சுரண்டி எடுத்துவிட்டு வறுத்து சாப்பிட்டோம். அடடா வெரிவெரி டேஸ்டி. அதாவது அப்பளமாவைச் சுரண்டி எடுத்துவிட்டு, இலையை வறுத்து சாப்பிட்டிருக்கான்' என்று வேந்தர் சொல்லவும் இதுவரை அமைதியாகக் கேட்டுக்கொண்டிருந்த ரசிகர் கூட்டம் சிரித்து மகிழ, சோமண்ணன் தமாஷாக,

'அண்ணே மேடை என்னோட மேடையண்ணே, மாலையைச் சீக்கிரம் போடுங்கள்' என்று சொல்ல மறுபடியும் சிரிப்பலை. 'அட, கதையே உங்களுக்குத்தான், இதோ முடிக்கிறேன்' என்று சொல்லி வேந்தர் சொன்னார், 'எப்படி மாவைச் சுரண்டி எடுத்துவிட்டு இலையைச் சாப்பிட்டார்களோ அதைப்போல் இப்போ நம்மவர்கள் கர்நாடக சங்கீதம் என்ற மாவை ஒதுக்கிவிட்டு மெல்லிசை என்ற இலையை ருசிக்கிறார்கள். கர்நாடக சங்கீதத்தின் பாரம்பரியம் மிக்க பரம்பரையில் வந்த சோமுவிற்கு ஈடு சோமுவைத் தவிர வேறு எவரும் இல்லை எனப் பாராட்டி, கோவில்பட்டி ரசிகர்கள் சார்பாகவும், விழா கமிட்டியாரின் சார்பாகவும் மாலைகள் போடும் பாக்கியத்தை அளித்த அருமை நண்பர் சார்பாகவும் என் சார்பாவும் இசைப் பேரறிஞர் வாழ்க, அவர்தம் இசை வாழ்க என வாழ்த்தி விடை பெறுகிறேன். நன்றி வணக்கம்' என்று முடிக்கவும், சோமு கச்சேரியைத் தொடர்ந்தார்.

# 16

## பாவயாமி தமிழில்

ஒரு சமயம் காஞ்சிப் பெரியவர்களின் 'சதஸ்' நிகழ்ச்சிக்கு வேந்தர் தன்னுடைய குழுவினருடன் போயிருந்தார். வேந்தர் அவர்களுக்குக் கர்நாடக சங்கீதத்தின் அடிப்படை நெளிவு சுழிவுகளைக் கற்றுத் தந்தவர், கர்நாடக சங்கீதப் புலமை பெற்றிருந்த வத்திராயிருப்பு கருப்பண பாகவதரின் சீடரான வத்திராயிருப்பு ராமசாமி அவர்கள். இவரையும் வற்புறுத்தி சதஸ் நிகழ்ச்சிக்கு அழைத்துச் சென்றார் வேந்தர்.

வேந்தரின் குழுவினர் அங்கே தங்கியிருந்தபோது எம். எஸ். சுப்புலட்சுமி அவர்களின் இசைத்தட்டு ஒலித்துக்கொண்டிருந்தது. சுவாதித் திருநாளின் பாவயாமி ரகுராமம். வேந்தர் அவர்கள் அதை உன்னிப்பாக ரசித்துக்கொண்டிருந்தார். சாவேரியில் தொடங்கி நாட்டைக்குறிஞ்சி, தன்யாசி, மோகனம், முகாரி, பூர்வகல்யாணி, மத்தியாமவசியில் முடியும் ஒரு அற்புதமான சாகித்தியம். ஏழு ராகங்களுக்குள் ஸ்ரீராமன் சரிதையைப் பூக்களைத் தொடுப்பது போல் வெகு கவனமாகவும் ரஞ்சகமாகவும் இயற்றியிருந்தார் சுவாதித் திருநாள். அதிலும் எம்எஸ் அவர்களின் குரல் வேறு. வேந்தர் அவர்கள் மெய்மறந்து ரசித்துக்கொண்டிருந்தார்.

இசைத்தட்டு ஒலித்து முடிந்ததும் இதையே தமிழில் செய்தால் எப்படி இருக்கும் என்று நினைத்துப் பார்த்தார். அப்போது பக்கத்து அறைகளில், வேத விற்பன்னர்கள், வடமொழி, மலையாளம், தெலுங்கு, சம்ஸ்கிருதம் என்று பலவகைப் புலமை பெற்றவர்கள் இருந்தார்கள். வேந்தர் அவர்கள் வத்திராயிருப்பு ராமசாமியை அழைத்து, 'இந்த பாவயாமி உங்களுக்குப் பாடம்தானே' என்றார். அவரும் 'ஆமாம்' என்று சொல்ல, 'அப்படியானால் ஒன்று செய்யுங்கள். அதை அப்படியே தமிழில் எழுதி, அதன் பொருளைப் பக்கத்து அறைகளில் தங்கியிருக்கும் வித்வான்களிடம் போய்த்

தெரிந்துகொண்டு வந்து என்னிடம் சொல்லுங்கள்' என்றார். பாடலில் கேட்ட வார்த்தைகளை வைத்துக்கொண்டு வெறும் நாற்பதே நிமிடங்களில் பாவயாமியைத் தமிழில் கொண்டு வந்துவிட்டார். ராகம் மாறாமல் நன்றாகவே வந்திருந்தது. ராகமும் பொருளும் மிக அற்புதமாகப் பொருந்தி இருந்தன.

*ராமன் நாமம் ஆதாரம்*
*நவிலப்போம் விசாரம்... ... ராமநாமம்*
*சேவகன் திரு அடியோனைத்*
*தியானித்தலே புனிதம் ... ... ராமநாமம் (சாவேரி)*

*கதிரவன் குல திலகன் கவுசிகர்க்குதவ வனம்போய்*
*மிக அகரா அடாதுபட அகலிகையாள் மேம்பட*
*சிவதனுசும் சேதமுற திருமகளும் வாழ்வுபெற*
*பரசுராமன் கருவம் தபாரினை வாழ்வித்ததேவன் (கரிசத-ராமநாமம் - நாட்டைக்குறிச்சி)*

*முடிசூட வேணுமென முதிய பிதா மொழிந்தபோது*
*கடியவனம் போ எனவே கைகேசியாள் உரைத்தலாலே*
*குகன் உதவ எழில்சித்திரக் கூடம் சென்று பரதன் வர*
*மகிமை சேரும் வண்ணப்பாதுகை மனமகிழ்ந்து ஈந்த*
*போதும் (ராமநாமம் - தன்யாசி)*

*புனிதத் தண்டகாரண்யத்தில் முனிவர் கூடித் தொழவும்*
*சுயசரிதை மொழியக் கேட்டு மனம் மகிழ்ந்த ஈசன்*
*பார் பரசு ஜடாயு மகிழ் பஞ்சவடி இருந்த தேவன்*
*அதிமகார சூர்ப்பணகை பதி ஓடிட முனி மாதவன் (கரிசத-ராமன்நாமம்-மோகனம்)*

*தங்கமாய வடிவம் கொண்டு வந்த மானின் சூழ்ச்சியாலே*
*சனகன் தந்த செல்வியினைப் புனிதன் பிரிந்து சோகங்கொண்டு*
*பம்பை நதி தீரம் வந்து ஆஞ்ச நேயன் உறவு கொண்டு*
*வீரவாலி மோட்சம் எய்த வில்வளைத்த தீரன் (கரிசத- ராமன்நாமம் - முகாரி)*

*வானர சுக்ரீவனுக்கு மாமகுடம் புனைந்த*
*ஆஞ்சநேயன் தூதுவனாய் அணி இலங்கை செல்லவும்*
*தேனார் மொழி சீதா தரும் சூடாமணி கண்டு*
*சிந்தையெல்லாம் மகிழ்ந்த ஸ்ரீ தேவன் (கரிசத-ராமன்நாமம்-பூர்வி கல்யாணி)*

வீடணர்க்கடைக்கலமும் விரிந்த சேது பந்தனமும்
அசுரன் தசகண்டன் மாயன் அம்பு தொட்டதீரம்
அக்னி புகுந்த தேவியுடன் அயோத்தி வந்த வள்ளல்
பட்டம் சூடும் காட்சி கண்டோர் பரமபதம் கண்டார். ( க ரி ச த -
ராமன் நாமம்-மத்யாமவதி)

ராமாயணத்தில் உள்ள எல்லா முக்கிய நிகழ்ச்சிகளும் சிறப்பாக வடிக்கப்பட்ட பாவயாமி, ஒரு அற்புதப் பாடல். காஞ்சிப் பெரியவர்களின் சன்னதியில் மறுநாள் இந்தப் பாடலைத் தமிழில் அரங்கேற்றினார் வேந்தர். ஒரு வில்லிசைப் பாடகர் என்று அறியப்பட்ட வேந்தர் எத்தகைய சோதனை முயற்சிகளையெல்லாம் செய்து பார்த்திருக்கிறார்.

'இதைப் பாடி அனேகமாக முப்பது நாற்பது ஆண்டுகள் கழித்து சொல்வதால் இதில் சில வார்த்தைப் பிழைகள் இருக்கலாம். அது என்னுடைய பிழையே தவிர வேந்தரின் பிழையல்ல' என்றார் இதை என்னிடம் சொன்ன வண்ண முத்துப் பிள்ளையவர்கள்.

# 17

## ஈழம் தந்த சீடர்

1965-66இல் ஒரு நாள் சுமார் முப்பது வயதுள்ள இளைஞர் வேந்தரிடம் வந்தார். பெட்டி படுக்கைகளையெல்லாம் இறக்கி வைத்தவுடன், வேந்தரின் காலில் விழுந்து வணங்கி, தன்னை ஆசீர்வதிக்கும்படி வேண்டிக்கொண்டார். வேந்தரும் ஆசீர்வதித்துவிட்டு, விவரம் கேட்டார். தான் இலங்கையில் வில்லுப்பாட்டு பாடி வருவதாகவும் சொன்னார். பின்னர் சற்றுத் தயங்கியபடி 'நீங்கள் எங்கள் நாட்டில் வில்லிசை பாடியது மெத்த வடிவாக இருந்தது. அந்த மெட்டுக் களையும், அந்த முறையையும் எமது மக்கள் மிகவும் விரும்புகிறார்கள். ஆகவே நான் தங்களிடம் அவற்றையெல்லாம் கற்க வேண்டியே வந்தேன். தயவு செய்து என்னை உங்களுடைய சிஷ்யனாக ஏற்றுக் கொள்ள வேண்டும்' என்றார். வேந்தரும் அவரை உபசரித்து வேறு எவ்விதக் கட்டணமோ நிபந்தனையோ விதிக்காமல் ஏற்றுக் கொண்டதோடு, தன்னுடைய குழுவினர்கள் தங்கும் அறையிலேயே தங்கிக்கொள்ளவும் செய்து, வேந்தர் நிகழ்ச்சிக்குப் போகுமிட மெல்லாம் அவரையும் அழைத்துப் போவார்.

முதலில் கேள்வி ஞானம், பின்னர் பாடம். பின்னர் ஓய்வு கிடைக்கும் சமயங்களில் பாடச்சொல்லியும் பாடிக் காண்பித்தும் ஈழத்து சீடரின் வில்லுப் பயிற்சி தொடர்ந்தது. அந்த ஈழத்து சீடரின் பெயர் சபா.சதாசிவம் என்பது. எல்லோரிடமும் அன்பாகவும் பணிவாகவும் பழகியதோடு வில்லிசையைக் கற்றுக்கொள்வதில் மிகவும் ஆர்வமாக இருந்தார். அவர்மேல் எல்லோருக்கும் பிரியமும் பரிவும் ஏற்பட்டு விட்டது. டோலக் பொன்னப்பனுக்கு அந்த சீடர் வந்ததிலிருந்து பீடிக் கவலையே இல்லை. வேண்டிய மட்டும் கட்டுக் கட்டாக வாங்கித் தருவார் சீடர் சபா.

சதாசிவத்திற்கு விசா முடிய இருபது நாள்களே இருந்தன. ஒரு நாள் தன் குழுவினருடன் வேந்தர் பேசிக்கொண்டிருந்தார். சதாசிவம் சற்றுத் தள்ளி நின்றுகொண்டிருந்தார். வேந்தர் இருக்கும் போது அவர் உட்காரவே மாட்டார். யார் சொன்னாலும் வேந்தரின் முன்னால் உட்கார மாட்டார். வேந்தர் சொன்னார், 'நம்ம சதாசிவத்திற்கு ஓரளவு வசனம் எல்லாம் வந்துவிட்டது. நம்முடைய மெட்டு அவருக்கு அறவே வரமாட்டேன்கிறது. என்ன செய்வது இன்னும் கொஞ்ச நாள்தான் இருக்கிறது. அதற்கு மேல் அவர் இங்கே இருக்க அனுமதியில்லை. விசா முடியப்போகிறது' என்று கவலைப்பட்டார். 'என்ன செய்யலாம்' என்று யோசித்துக்கொண்டே 'எத்தனை முறை கேட்டாலும் நம்முடைய மெட்டு அவரை ஈர்க்கவில்லை. அது அவருடைய குறைதான். இன்னும் எனக்கு ஒரு கவலை இருக்கிறது. நான் என்னுடைய மெட்டில் பாடச் சொல்லித்தர, அவரோ அதை எல்லாம் அவருடைய மெட்டிலேயே பாட, ஒருவேளை சதாசிவத்தின் மெட்டு எனக்கு வந்து, என்னுடைய மெட்டு என்னைவிட்டுப் போய்விட்டால் அவ்வளவுதான். கதை கந்தலாகிப் போய்விடும்.' ஒருவாறாகப் பேசி எல்லாம் முடிவு செய்து, இனிமேல் வேந்தர் போகும் ஊர்களுக்கு மட்டும் சதாசிவத்தை அழைத்துச் செல்வது, இங்கே வந்த பின்பும், கச்சேரி இல்லாத நாள்களிலும் அய்யனாவை வைத்து அவருக்கு நம்முடைய மெட்டுக்களைப் பாடமாக்குவது என்று முடிவு செய்யப்பட்டது. அதன் படியே அய்யனா இங்கேயே தங்கியிருந்து சதாசிவத்திற்குப் பாடல்கள் சொல்லிக் கொடுத்து வந்தார்.

அறமுடனே அருந்தமிழும்
அன்பொழுகும் சைவமதம்
உயிரெனவே காத்துவாரார்
உலகாண்ட பாண்டியர்கள் (முத்தாய்ப்பு)

இதைக் கேட்டதும் சதாசிவம் 'நேற்று வேந்தர் வேறு மாதிரியல்லவா பாடினார்' என்றார். அய்யனாவுக்கு ஒன்றும் புரியவில்லை. இதே மெட்டுத்தானே என்றார். சதாசிவமோ இல்லைய்யா என்றார். அப்புறம் தான் தெரிந்தது வேந்தர் அவர்கள் இதே பாட்டை நீட்டியும் பாடுவார்கள்.

அறமுட்னே அருந்தமிழும்
அன்பொழுகும் சைவமதம்
உயிரெனவே காத்துவாரார்
உலகாண்ட பாண்டியர்கள்

என்று முதல் மூன்று வரிகளைச் சேர்த்து நான்காவது வரியை நீட்டி முடிப்பார். இதைக் கேட்டதும் சதாசிவம், 'ஓம் அய்யா இப்படித்தான், இப்படித்தான்' என்று குதூகலித்தார்.

இப்படியாகப் பாடம் தொடர்ந்து நடந்து, ஒரு நல்ல நாளில் வேந்தர் அவர்களின் செலவிலேயே மதுரையில் திருஞானசம்பந்தர் மடம் ஆதீன கர்த்தர் ஆசியிலும் முன்னணியிலும் 'ஈழம் தந்த வில்லிசை இளவல்' என்ற அடை மொழியுடன் சபா. சதாசிவத்திற்கு வில்லிசை அரங்கேற்றம் நடை பெற்றது. ஏறத்தாழ 1980 வரை கடிதம் மூலமாக தொடர்பு கொண்டிருந்த சதாசிவம் ஈழத்தில் நல்லபடியாகவே வில்லிசை நடத்திவந்தார். 1980க்குப் பிறகு அவரிடமிருந்து எந்தத் தகவலும் இல்லை. இனிமையான பண்பாளரும் வெகுளியான குணம் படைத்தவரும் வில்லிசையின் மீது அபார பிரியம் கொண்டவருமான வேந்தரைத் தன் குலகுருவாக மதித்தவருமான சபா. சதாசிவம் அவர்கள் இனக் கலவரத்தில் கொல்லப்பட்ட செய்தி வேந்தரின் குழுவினருக்குப் பேரிடியாய் வந்தது.

## 18

## காக்காய்ப் பிடித்தல்

இராமாயணம், மகாபாரதம் போன்ற கதைகள் நடத்தும் போது அவற்றில் வரும் சில சம்பவங்களை விவரிப்பதற்காக வேந்தர் அவர்கள் சில உத்திகளைக் கையாள்வார்கள். அதாவது அதே போன்ற சம்பவங்களை, மனிதர்களை நாம் பார்த்த, கேட்ட, ரசித்த அல்லது தானே அனுபவித்த சம்பவங்களோடு கதையின் சம்பவங்களையும் ஒப்பிட்டுக் கதை சொல்லிப் புரியவைப்பார்கள் அப்படியான கதைகள் நமக்கு நன்கு தெரிந்த, கேட்ட, பார்த்த கதைகளாக இருக்கும் போது கேட்க மிகவும் சுவாரஸ்யமாக இருக்கும்.

'சீதா கல்யாணம் கதையில் கவுசிக மாமுனி தசரதன் அவைக்கு வருகிறார். ஏற்கனவே எளிதில் கோபாவேசப்படும் குணம் உடையவர் அவர். எனவே தசரத மன்னன் எழுந்து வந்து வரவேற்று உபசரித்து ஆசனத்தில் அமரச் செய்கிறான். குலகுரு வசிஷ்டரும் உடன் இருக்கிறார். தசரதன் மிகவும் பணிவுடன் வணங்கி இந்த ஏழையை நாடிவந்த விவரம் சொல்ல வேண்டும் சுவாமி என்று கேட்டுக் கொள்கிறான்.

'மன்னா, எங்களைப் போன்ற தவசிகளுக்கு இடர் ஒன்று ஏற்பட்டால் எங்கே போவோம். இந்திரனிடம் போவோம். அங்கே அந்தக் காரியம் சாத்தியமில்லை என்றால் மகாவிஷ்ணுவிடம் செல்வோம். அங்கேயும் ஆகவில்லை என்றால் கைலாயம் செல்வோம். சரி, அங்கேயும் ஒன்றும் நடக்கவில்லையென்றால் வேறு எங்கே போவோம்? மகா வீரரான உன்னிடம்தான் வருவோம். வேறு வழி எங்களுக்கு' என்கிறார்.

'இதைத்தான் நாம் ஐஸ் வைப்பது என்கிறோம். காக்காய் பிடிப்பது என்றும் சொல்லலாம். தன்னுடைய காரியம் ஆக வேண்டும்

என்பதற்காக, எவரை நாடிச் செல்கிறோமோ அவரை உயரத் தூக்கிப் புகழ்வது. இப்ப நாம பார்ப்பதில்லையா? ரூபாய் ஐம்பதோ நூறோ அண்ணாச்சியிடம் கேட்கணும் என்று வருவான். அவர் வீட்டுத் திண்ணையில் உட்கார்ந்திருப்பார். இவன் மனதிற்குள் எப்படியாவது ஒரு முப்பது ரூபாயாவது கறந்துவிட வேண்டும் என்று எண்ணிக்கொண்டு, போய் 'வணக்கம் அண்ணாச்சி, என்ன அண்ணாச்சி இரண்டு மூணு நாளா தட்டுப்படவேயில்லையே' என்பான். அவரோ இவனைக் கண்டதும் 'எதுக்கு வந்து தொலைச்சிருக்கானோ என்னமோ' என்று மனசுக்குள் நினைத்துக் கொண்டே 'போய்ட்டு இன்னைக்கு காலைலதான் வந்தன்' என்பார். இதற்குள் அவருடைய மனைவி பக்கத்து வீட்டிற்குப் போனவள் உள்ளே நுழைவாள்.

உடனே இவன், 'மதினி தானா இது. என்ன இது அடையாளமே தெரியலையே, உடம்புக்கு ஏதாவது' என்று இழுப்பான். அதற்கு அவர், 'ஆமாப்பா ஏதோ வயித்து வலியாம்' என்பார். உடனே இவன், 'அண்ணாச்சி நான் சொல்றேன்னு கோவிச்சுக்காதிங்க, உங்களுக்கு எப்பவும் ஊர்ச்சோலி சரியா இருக்கும். ஆனால் நாம் வீட்டையும் கொஞ்சம் பாக்கணும், மதினி நல்லா இருந்தாத்தான் நீங்களும் நிம்மதியாக நடமாடலாம், நாலு ஊருக்குப் போய்வரலாம். ஒண்ணும் வேண்டாம் இப்போ புதுசா நம்ம ஊருக்கு கொண்டல் சாமினு ஒரு டாக்டர் வந்திருக்கார் (வேந்தர் இவ்விதம் சொல்லும்போது சாட்சாத் கொண்டல்சாமியே அமர்ந்து கச்சேரியை ரசித்துக் கொண்டிருப்பார்). மன்னன் கைராசிக்காரர். ஒரு ஊசி ஒரே வேளை மருந்து எப்பேர்பட்ட சீக்கும் 'டக்'கென்று பறந்துவிடும் (அனைவரும் சிரிப்பார்கள்) ஒண்ணும் யோசிக்காதிங்க. காலைல நான் எட்டு மணிக்கெல்லாம் ஆஸ்பத்திரிக்கு வந்திடுவேன்.

நீங்கள் மதினியுடன் வாருங்கள், பிறகு பாருங்கள் ஒரே நாளில் வயிற்றுவலி மாயமாய் மறஞ்சு போய்விடும். அசால்ட்டா இருந்துராதிங்க, முத்திக்கிருச்சுனா பெறவு சங்கடம்' என்பான். அவரும் 'சரிப்பா, சரி, வந்துறோம்' என்பார். அந்த நேரம் உள்ளே இருந்து வருகிற அவருடைய மகன் மூக்கைக்கூடத் துடைக்காமல் 'யப்பா' என்று ஓடிவருவான். இவன் உடனே அவனைத் தன் பக்கம் இழுத்து 'உன் பேரென்ன சொல்லு' என்பான். 'சசாச்சரம்' என்பான் பையன். பையனுக்கோ ட, டி, டு, எழுத்து வராது. சடாச்சரத்தைத்தான் அந்த லட்சணத்தில் சொல்கிறான். உடனே நம்ம ஆள், 'அட,

நம்ம அண்ணாச்சி மாதிரியே என்னம்மா மணி அடிச்ச மாதிரி பேசுறான், நீங்களேதான் அண்ணாச்சி. பலே, பலே' என்று சொல்லி விட்டு மெல்லத் தலையைச் சொறிந்து கொண்டே, 'அப்ப நான் வர்ரேன் அண்ணாச்சி, ரெண்டு நாளாக வேலைவெட்டி ஒண்ணு மில்லை. ரொம்ப சங்கடம், ஒரு அம்பது ரூபா இருந்தா தாங்க' என்பான். அவர் யோசிப்பார். 'தன் வீட்டுக்காரிக்கு உடம்பு சரியில்லை என்றதும் வருத்தப்பட்டு டாக்டரிடம் போக யோசனையும் சொன்னான்.

நம் பையனை ஓகோ என்று புகழ்ந்தான். இவன் ஒருத்தன்தான் வீட்டுக்காரிக்கு உடம்பு சரியில்லை என்றதும் வருத்தப்பட்டு டாக்டரிடம் போக யோசனையும் சொன்னான். பையன் ஒங்கள மாதிரியே அச்சா இருக்கான் என்று சரியாகச் சொன்னான். மொத்தத்தில் நல்ல மனசுக்காரன் என்று நினைத்துக் கொண்டே வீட்டிற்குள்ளே போய் இந்தாப்பா இவ்வளவுதான் இருக்கு என்று சொல்லிக் கொண்டே முப்பது ரூபாயைக் கொண்டு வந்து கொடுப்பார். இவனுடைய குறிக்கோளே முப்பது ரூபாய்தான், கிடைத்து விட்டது. 'சரி, அண்ணாச்சி போதும், சமாளித்துக் கொள்வேன். மதினி ஒடம்பு நல்லா கவனிச்சுக்கோங்க, அசால்ட்டா இருந்துறாதிங்க' என்று சொல்லிக் கொண்டே போய்விடுவான்.

# 19

## கம்பரும்
## மாமண்டூர் சிங்கனும்

கவிச் சக்கரவர்த்தி கம்பர் ஒருநாள் மாமண்டூர் என்னும் ஊருக்குப் போய், அந்த ஊரிலே கொல்லுப்பட்டறை வைத்திருந்த சிங்கன் ஆசாரியிடம் தன்னுடைய எழுத்தாணி மழுங்கிவிட்டது. அதைக் கொஞ்சம் கூர்செய்து கொடு என்று கேட்டாராம். அதற்கு சிங்கன் ஆசாரி, 'தலைக்கு மேலே வேலை கெடக்கெய்யா, மேல வீட்டுக்காரருக்கு இந்த வேலை, மச்சு வீட்டுக்காரருக்கு அந்த வேலை... இந்த வேலை, உஸ்... என்று உட்காரக்கூட நேரமில்லை. என்னால் இப்போது உமக்கு வேலை செய்துதர முடியாது, வேற பட்டறைக்குப் போகும்' என்றானாம். உடனே கம்பர் பாடினாராம்.

> ஆழியான் ஆழி அயன் எழுத்தாணி என்பார்
> கோழியான் குன்றெறிய வேல் என்பான் பூழியான்
> அங்கை மழு வென்பான் அருள் பெரிய மாவண்டூர்ச்
> சிங்கன் உலைக்கில் சென்று

அதாவது, சக்கராயுதத்தில் பல் ஒன்றை நேர் செய்யச் சொல்லி மகா விஷ்ணுவும் எழுத்தாணியைக் கூர்செய்யச் சொல்லி பிரம்மாவும் தனது வேலாயுதத்தைத் தீட்டச் சொல்லி வேலவனும் மழுவாயுதத்தைச் சரிசெய்யச் சொல்லி எம்பெருமானும் வந்து நிற்பார்கள். எங்கே? மாமண்டூர் சிங்கன் உலைக்களத்தில். நான் எம்மாத்திரம் என்று பாட, வந்திருப்பது கவிச்சக்கரவர்த்தி என்று புரிந்துகொண்டு, கம்பர் வாயினால் பாடல் பெற்ற சிங்கன் ஆச்சாரி, சந்தோஷத்துடன் உடனே எழுத்தாணியைக் கூர்செய்து கொடுத்து வணங்கினாராம்.

வேந்தர் அவர்களிடம் இதுமாதிரி ஏராளமான கதைகள் உண்டு. பெரும்பாலும் இவற்றைக் கச்சேரிகளில் சொல்லவோ, பாடவோ

மாட்டார். ஆனால் பிரயாணத்தின் போதோ, ஓய்வாக அமர்ந்து பேசிக்கொண்டிருக்கும்போதோ நண்பர்களிடம் மிகவும் ரசனையாகச் சொல்வார். கேட்பதற்கு மிகவும் சுவாரஸ்யமாக இருக்கும். ஒவ்வொருவரைப் பற்றியும் ஒரு கதை சொல்வார். கம்பரைச் சொன்னது மாதிரியே அவ்வையாரைப் பற்றியும் சொல்வார்.

'சோழ நாட்டில் அரவிந்தை என்று ஒரு தேவதாசி இருந்தாள். அவள் அழகும் இளமையும் ஒருங்கே அமையப்பெற்ற மாது. அவளுக்கு ஒரு விசித்திரமான ஆசை. அரசர்கள் செல்வந்தர்களையெல்லாம் புகழ்ந்து புலவர்கள் பாடல்கள் பாடுகிறார்களே அதுபோல் நம்மைப் பற்றி எந்தப் புலவராவது நாலுவரி பாடமாட்டாரா என்று. ஒரு நாள் கம்பர் அவளுடைய வீட்டு வழியே வர, இதுதான் தக்க சமயம் என்று தன்னுடைய நெடுநாள் ஆசையைக் கம்பரிடம் சொன்னாளாம். கம்பரோ 'சும்மா பாட முடியாது 2000 பொன் கொடுத்தால் பாடுகிறேன்' என்று சொன்னாராம். அரவிந்தைக்கு அளவில்லாத சந்தோஷம். உடனே தன்னுடைய தங்க நகைகளை யெல்லாம் விற்று 2000 பொன் கொடுக்கவும் கம்பர் ஒரு கரித்துண்டு கொண்டுவரச் சொல்லி அவருடைய வீட்டுச் சுவரிலே,

தண்ணீரும் காவிரியே! தார் வேந்தன் சோழனே!
மண்ணாவதும் சோழ மண்டலமே!

என்று எழுதிவிட்டுப் புறப்பட்டாராம். உடனே அரவிந்தை 'என்ன சுவாமி இரண்டு அடிகள்தான் இருக்கிறது, அதிலும் என் பெயர் எந்த இடத்திலேயும் இல்லை' என்று கேட்க, அதற்குக் கம்பர் 'இன்னும் இரண்டாயிரம் பொன் கொடுத்தால் மீதம் இரண்டு அடிகள் எழுதுவேன். அதில் உன் பெயர் வரும்' என்று சொல்லிவிட்டுப் புறப்பட்டுப் போய்விட்டார். இதன் பிறகு இருந்த நகைகளை இழந்து அரவிந்தை ஏழையாகிப் போனாள். மிகவும் கஷ்ட ஜீவனம், வீடு ஒன்றைத் தவிர வேறு எதுவும் இல்லை. சுவரில் கம்பர் எழுதிவிட்டுப் போன வரிகளைப் படிப்பதும் கண் கலங்குவதுமாக இருந்தாள்.

ஒருநாள் அவ்வைப் பிராட்டி அந்த வழியே வருகிறாள். அரவிந்தையின் வீட்டுத் திண்ணையில் அமர்கிறாள். அரவிந்தை வெளியே வந்து விசாரிக்கவும், 'அம்மா கடும்பசி, வயிற்றுக்கு ஏதாவது கொடேன்' என்கிறாள். அரவிந்தையோ தன்னுடைய ஏழ்மை நிலையைச் சொல்லி, 'என்னிடம் கூழ் தவிர வேறு ஒன்றும் கிடையாது' என்கிறாள். அவ்வையோ 'எதுவானாலும் கொண்டு வா'

என்று சொல்ல, அரவிந்தை வீட்டினுள் சென்று ஒரு செம்பு நிறைய கூழும் துவையலும் கொண்டுவந்து தருகிறாள். அவ்வைப்பிராட்டி திருப்தியாகப் பசியாறிவிட்டு சுவரைப் பார்க்கிறாள். 'இது என்ன, இந்த வரிகளை யார் எழுதியது?' என்று கேட்கிறாள்.

உடனே அரவிந்தை 'கம்பரிடம் தான் பாடல் கேட்டதையும் அவர் இரண்டாயிரம் பொன் பெற்றுக்கொண்டு இந்த இரண்டு வரிகள் எழுதியதையும் இன்னும் இரண்டாயிரம் பொன் தந்தால் மீதி இரண்டு வரிகள் எழுதுவேன்' என்று சொல்லிவிட்டுப் போனதையும் துக்கத்துடன் கூறினாள். உடனே அவ்வைப்பிராட்டி ஒரு கரித்துண்டு கொண்டுவரச் செய்து, கம்பர் எழுதிய அந்த வரிகளின் கீழே இரண்டு வரிகள் எழுதுகிறார். எழுதிவிட்டு அரவிந்தையிடம் இப்பொழுது படி என்கிறார். அரவிந்தை படிக்கிறாள்.

*தண்ணீரும் காவிரியே தார் வேந்தன் சோழனே!*
*மண்ணாவதும் சோழ மண்டலமே! (கம்பர் 2000 பொன்னுக்கு)*

*பெண்ணாவாள் அரவிந்தை தான் அணியும்*
*செம்பொற் சிலம்பே சிலம்பு (அவ்வை, கூழுக்கு)*

அதாவது, பெண் என்றால் அரவிந்தைதான் பெண். சிலம்பு என்றால் அவள் அணியும் சிலம்புதான் சிலம்பு என்ற பொருள்படப் பாடினார்' என்று வேந்தர் சொல்வார்.

நடந்ததோ இல்லையோ, உண்மையோ பொய்யோ வேந்தர் சொல்லக் கேட்க இனிமையாக இருக்கும். ரசிக்கும் படியாகவும் சிரிக்கும்படியாகவும் இருக்கும். வேந்தரிடம் பேசிக்கொண்டிருந்தால் இப்படியான கதைகள் ஏராளமாகச் சொல்வார்.

## 20

## பொறாமை
## ஒரு கெட்ட எண்ணம்

வேந்தர் அவர்கள் எந்தக் கதை படித்தாலும் அந்தக் கதைக்கேற்ற கிளைக் கதைகளை ஏராளமாகச் சொல்வார். கொஞ்சம்கூட சலிப்புத் தட்டாதபடிக்கு கேட்க மிகவும் சுவாரஸ்யமாக இருக்கும். பாஞ்சாலி சபதம் கதை செய்யும் போது பெரும்பாலும் கீழுள்ள கதையைச் சொல்லத் தவற மாட்டார். பாண்டவர்களுடைய செல்வம், சிறப்பு, வீரம் ஆகியவற்றைக் கண்டு வெட்கிப் போகிறான் துரியோதனன். அந்தப் பொறாமையில்தான் தந்திரமாக சூதாடி வஞ்சகமாக நாட்டைப் பிடுங்கி திரௌபதியை அவமானப்படுத்திப் பின்னர் காட்டிற்கு அனுப்பி பாண்டவர்களைத் துன்பப்படுத்தி அவர்கள் படும் வேதனையில் சந்தோஷம் அடைகிறான். சிலநேரம் சிரமப்படப் போவதை எண்ணியும் சந்தோஷமடைவான். பிறர்படும் வேதனையைக் கண்டு இன்பம் அடைவது என்பது சிலருடைய ஆசை. அப்படிப்பட்டவர்களை ஆங்கிலத்தில் 'சாடிஸ்ட்' என்பார்கள். 'சாடிஸ்ட்' என்றால் பிறரைத் துன்பப்படுத்தி தான் இன்பம் அடைவது என்று பொருள்.

'இன்னொருவன் படப்போகும் வேதனையை எண்ணி மகிழ்ந்த ஒருவனின் கதைதான் இது. ஒரு அரசன் திடீரென்று தன் நாட்டு மக்களுக்கு ஒரு செய்தியை அறிவித்தான். அதாவது நான் இதுவரை திங்காத அபூர்வமான பழம் யாராவது கொண்டு வந்து கொடுத்தால் அவனுக்கு ஆயிரம் பொன் பரிசாக அளிக்கப்படும் என்பதே அந்த அறிவிப்பு. மன்னன் ஏற்கனவே ருசித்த பழத்தை எவராவது கொண்டுவந்தால், கொண்டு வந்தவன் வாயிலேயே அந்தப் பழம் பலாத்காரமாகத் திணிக்கப்படும் என்று உத்தரவு. ஏகப்பட்டபேர் ஆளாளுக்கு ஒரு பழத்துடன் வரிசையில் நிற்கிறார்கள். எப்படியும்

ஆயிரம் பொன் பரிசைத் தட்டிவிட வேண்டும் என்ற ஆசையில் ஒருவன் பெரிய மல்கோவா மாம்பழம் கொண்டுவந்தான். மன்னர் மாம்பழம் சாப்பிடாமலா இருந்திருப்பார். உடனே அந்தப் பழத்தை அவன் வாயிலேயே திணிக்கச் சொல்லி உத்தரவு. பழம் திணிக்கப்பட்டது. பழம் வாய்க்குள் போகாதபடியால், வலுக் கட்டாய மாகத் திணிக்கப்பட்டது. வாயில் ஓரங்களில் சதை கிழிந்து ரத்தம். பற்கள் வேறு உதிர்கிறது. பழம் கொண்டு வந்தவனோ சிரிக்க முயல்கிறான்.

உடனே மன்னர் பழத்தை எடுக்கச் சொல்லி, என்ன விஷயம் என்று கேட்கிறார். பாதி பற்கள் போன நிலையிலும் வாய்கிழிந்து ரத்தம் வழிகிற நிலையிலும் சந்தோஷத்துடன் சொல்கிறான் 'மகாராஜா, ஒரு மாம்பழத்துக்கே எனக்கு இந்தக் கெதி. கடைசியில் ஒருவன் பலாப்பழத்துடன் வந்திருக்கிறான். அதை அவன் வாயில் திணித்தால், அவன் படப்போகிற அவஸ்தையை நினைத்தேன், சிரிப்பை அடக்க முடியவில்லை என்றான்' என்று சொல்லிவிட்டு, 'இதுபோல்தான் துரியோதனன் ஒருமுறை பாண்டவர்கள் வனவாசத்தின்போது அவர்களுக்குத் தெரியாமல் அவர்களின் அருகிலேயே ஒரு முகாமை அமைத்துக்கொண்டு அந்த வழியே போவோர் வருவோரிடம் மெல்லாம் பாண்டவர்கள் படும் துன்பத்தைக் கேட்டு சந்தோஷப் பட்டுக் கொண்டிருக்கும் வேளையில், தனது சிஷ்யர்களுடன் அவ்வழியே துர்வாச முனிவர் வருகிறார். துரியோதனன் அவரையும் அவருடைய சீடர்களையும் வரவேற்று அறுசுவை உணவளித்து சந்தோஷப் படுத்தி அனுப்புகிறான். 'சுவாமி, எங்கள் சகோதரர்கள் பாண்டவர்கள் பக்கத்து கானகத்திலே இருக்கிறார்கள். தாங்கள் மதியம் அவர்களுக்குத் தரிசனம் தந்து அவர்களுடைய உபசரிப்பையும் ஏற்றுக்கொண்டு கவுரவிக்க வேண்டும்' என்கிறான்.

துர்வாசரும் அவருடைய சீடர்களுடன் மதியம் பாண்டவர்களின் இருப்பிடம் வருகிறார்கள். வந்தவர்கள், பாண்டவர்களைப் பார்த்து 'தருமா... ஆசிர்வாதம், நாங்கள் போய் நீராடிவிட்டு வருகிறோம். போஜனங்களைத் தயார் செய்யுங்கள்' என்று சொல்லிவிட்டு நீராடப் போகிறார்கள்.

இங்கே பாண்டவர்களும் அகதிகளும் உண்டபின் பாஞ்சாலி அட்சயப் பாத்திரத்தைக் கழுவி கவிழ்த்து வைத்தாயிற்று. இனி அடுத்த வேளைக்கான உணவு அதாவது இரவு உணவு மட்டுமே

அதில் கிடைக்கும். நீராடிவிட்டு வரும் துர்வாச முனிவருக்கும் அவருடைய சீடர்களுக்கும் உணவளிக்கவில்லை என்றால் சீற்றத் திற்கும் கோபத்திற்கும் சாபத்திற்கும் பேர்போன துர்வாச மகாமுனியின் சாபத்திற்கு ஆளாக வேண்டிய இக்கட்டான நிலை. கையைப் பிசைந்துகொண்டு கவலையே உருவாக நின்ற பாஞ்சாலிக்கு ஒரு ஞானோதயநிலை, அந்த விநாடியிலே கண்ணனை நினைக்கிறாள். நினைத்தவுடன் துயர் துடைக்க வரும் பரந்தாமன் வந்துவிட்டான். கண்ணனிடம் பாஞ்சாலி தங்களுக்கு ஏற்பட்டுள்ள இக்கட்டான சோதனையைச் சொல்லும் முன்பாகவே கண்ணனும் 'எனக்கு ரொம்பப் பசிக்கிறது. நான் ஏதாவது சாப்பிட்டாக வேண்டும், உடனே ஏதாவது எனக்கு உண்ணக்கொடுப்பாயாக' என்கிறான். 'இது என்ன சோதனை' என்று நினைத்தவாறு தன் நிலையை விளக்கினாலும் கண்ணன் அதைச் சட்டை செய்யவில்லை. 'முதலில் என் பசியாற்ற வேண்டும்' என்கிறான்.

உடனே பாஞ்சாலி சலிப்புடனும் வருத்தத்துடனும் அட்சய பாத்திரத்தைக் கொண்டுவந்து காண்பிக்கிறாள். அதில் கழுவும் போது ஏற்பட்ட கவனக்குறைவால் ஒரே ஒரு கீரைத் துண்டு துரும்பளவு ஒட்டிக் கொண்டிருக்கிறது. கண்ணன் அதை வழித்தெடுத்து, தன் வாயில் போட்டுக்கொண்டு வயிற்றைத் தடவி, ஆசுவாசப்படுத்திக் கொள்கிறான். 'வயிறு நன்றாக நிரம்பிவிட்டது. நான் போய் வருகிறேன்' என்று புறப்பட்டுவிட்டான். பாஞ்சாலியும் பாண்டவர் களும் 'எங்களை இப்படித் தவிக்க விட்டுவிட்டுப் போய்விட்டால் எப்படி, இப்போது இங்கே வரப் போகும் துர்வாச முனிவருக்கும் அவருடைய சீடர்களுக்கும் என்ன பதில் சொல்வது, உணவுக்கு என்ன செய்வது, அவர்களை எப்படிப் பசியமர்த்துவது' என்று தவிக்கிறார்கள். கண்ணனோ 'அவர்களாவது இங்கே வருவதாவது' என்று சொல்லி மாயன் மறைந்துவிட்டான்.

'நீராடிவிட்டு வருகிறோம்' என்று சொல்லிப்போன துர்வாச முனிவரும் சிஷ்யர்களும் ரொம்ப நேரமாகியும் வரவேயில்லை. கண்ணன் துளிக் கீரைத்துண்டைச் சாப்பிட்டு, தனக்கு வயிறு நிறைந்துவிட்டது என்று சொன்ன அடுத்த விநாடியே, குளித்து முடித்த அனைவருடைய வயிறுகளும் நிறைந்து பசி மறைந்து பூரணமாக அடங்கிவிட்டது. துளி உணவுகூட உண்ண முடியாத நிலை.

துர்வாசர் சொல்கிறார், 'நாம் இப்போது பாண்டவர்களிடம் போனால் கட்டாயமாக விதவிதமான உணவுகளை அளித்து உண்ணும்

பொறாமை ஒரு கெட்ட எண்ணம் ✦ 63

படி உபசரிப்பார்கள். நமக்கோ இயலாது. ஒரு பருக்கைக்குக்கூட வயிற்றில் இடமில்லை. இதை நாம் சொல்லி அவர்கள் அளிக்கும் விருந்தை மறுத்தால் பெரிதும் வருத்தப்படுவார்கள். அவர்களை வேதனைப்பட வைப்பதைவிட அவர்களின் கண்ணில் படாமலேயே வேறு பாதை வழியாகத் திரும்பிப் போய்விடுவோம்' என்று முடிவுசெய்து அதன்படியே போய்விட்டார்கள். துர்வாசரின் சாபத்துக்கு ஆளாகிப் பாண்டவர்கள் துன்பம் அடைவார்கள், அதைப் பார்த்து நாம் சந்தோஷமடையலாம் என்ற அற்ப எண்ணத்தில் காத்திருந்த துரியோதனன் நினைப்பில் மண் விழுந்தது'

இக்கதையைச் சொல்வதற்காகவே வேந்தர் அவர்கள் பலாப்பழக் கதையையும் சொல்லிச் சிரிக்க வைப்பார்கள். அடுத்தவன் துயரத்தைப் பார்த்து அற்ப சந்தோஷமடையும் மனிதர்களுக்குப் புரிந்தால் சரி.

# 21

## பெண்களின் சலசலப்பு

கிராமங்களில் பருவ மழை பொய்த்துவிட்டால் வில்லிசை நடத்தினால் மழை வந்துவிடும் என்று ஒரு நம்பிக்கை. அனேக ஊர்களில் நிகழ்ச்சி முடியுமுன்னே மழை பெய்தும் இருக்கிறது. பழங்காலத்தில் உள்ள இந்த நம்பிக்கை உண்மை என்றும் நிரூபித்திருக்கிறது இன்றைய நவீன விஞ்ஞானம். ஆம், இசைக்கும் இயற்கைக்கும் நெருங்கிய தொடர்புண்டு என்று கண்டுபிடித்திருக் கிறார்கள்.

விளாத்திகுளம் பக்கத்தில் உள்ள ஒரு கிராமத்தில் ஒரு நிகழ்ச்சி. முத்தால்நாயக்கன்பட்டி சம்பந்தி அவர்களால் ஏற்பாடு செய்யப்பட்டது. கிராமம் என்றாலும் சரியான கூட்டம். சரிபாதி பெண்கள் கூட்டம். கச்சேரி களைகட்டி விறுவிறுப்பாகப் போய்க்கொண்டிருக்கிறது. ஜனங்களும் அமைதியாகக் கேட்டுக்கொண்டிருக்கிறார்கள். திடீரென்று தெற்குப் பக்கமிருந்து பெண்களிடமிருந்து ஒரே சலசலப்பு. பாட்டையோ வசனத்தையோ கேட்கமுடியாத அளவுக்குப் பேச்சு சலசலப்பு. முக்கியஸ்தர்களின் அதட்டல் கூப்பாடு ‘பேசாம இருங்கள்,’ ‘மாட்டக்கான உண்டம்மா’ என்று இவர்கள் ஒருபுறம் இரைச்சல். உடனே வேந்தர் கதையை நிறுத்திவிட்டு, உரத்த குரலில் நிதானமாகப் பேச ஆரம்பித்தார். கூட்டம் அமைதியாகக் கவனிக்க ஆரம்பித்தது.

‘அதாவது டவுனைப் போல அல்ல கிராமம். டவுனில் பெண்கள் தினம் தினம் கடைவீதிக்கும் சினிமாவுக்கும் டிராமாவுக்கும் எல்லாரும் ஒன்றாகக் கூடுவார்கள். அவர்களுக்குள் சந்திப்புக்கள், விசாரிப்புக்கள் அடிக்கடி நிகழ்ந்துகொண்டே இருக்கும். கிராமம் அப்படி அல்ல. வடக்குத் தெரு என்றும் தெற்குத்தெரு என்றும்

கீழத்தெரு என்றும் மேலத்தெரு என்றும் நாலா திசைகளிலும் பரவிக் கிடப்பார்கள். தெரிந்தவர்களே, உறவினர்களேயானாலும் அடிக்கடி சந்தித்துப் பேசும் சந்தர்ப்பம் ரொம்ப ரொம்பக் குறைவு. அதிலும் விவசாய வேலைக்குக் கூலி வேலைக்கு விடிந்ததும் போகிற பெண்கள் பொழுதடைந்து வரும்போது யாரைப் பார்க்க, எதைப் பேச. அதனால் இந்த மாதிரி ஒரு விழா, பொங்கல் நிகழ்ச்சி போன்ற சந்தர்ப்பங்களில் மட்டுமே எல்லோரும் கூடுவதற்கு வாய்ப்புக் கிடைக்கும். கல்யாண சமயம் பார்த்த குமரியுடன் அவளுடைய அம்மா வந்திருப்பாள். உடனே இப்படி விசாரிப்பார்கள்.

'எப்ப வந்தா உம் மக? சும்மா இருக்காளா? முழுகாம இருக்காளா? எத்தனை மாசம்?' என்று ஒருவருக்கொருவர் இப்படிப் பேசுவது சகஜம். இது ஒன்றும் பெரிசில்ல' என்று சொல்லிவிட்டு வில்லின் நாணை ஒரு தட்டுத் தட்டிவிட்டுக் கதைக்குச் செல்ல முயன்றார். மீண்டும் அதே திசையில் பெரும் சிரிப்பு. அடங்கவே ஐந்து நிமிடம் ஆனது. ரெங்கண்ணா என்பவர் ஓடிப்போய் அமைதிப் படுத்தி விட்டு என்னதான் விஷயம் என்றார். அவருக்கும் சிரிப்பு. சொல்லிவிட்டுத்தான் சிரியுமே என்றார் வேந்தர். அதற்கு அவர், உண்மையிலேயே நீங்கள் சொன்னபடிதான் அங்கே பெண்கள் 'உண்டாகி'யுள்ள பெண்ணைப்பற்றிப் பேசிக் கொண்டிருக்கிறார்கள். அதனால் அவர்களுக்குச் சிரிப்பை அடக்க முடியவில்லை என்றார். அதற்குப் பிறகு அமைதியானார்கள். வேந்தரின் நுண்ணுணர்வு ஆச்சரியமளிக்கிறதில்லையா?

மேலும் அந்த ஊரில் இரண்டு வருடங்கள் சரியான மழை இல்லாத காரணத்தினால்தான் *விராட பருவம்* கதைபாடச் சொல்லித்தான் அழைப்பு. அந்தக் கதைதான் போய்க்கொண்டிருந்தது. ஒருவாறு கதையை முடித்து, மங்களம் பாடி முடித்தவுடன் நம்பவே முடியாதபடி மழை பெய்ய ஆரம்பித்தது. வாத்தியங்களைச் சேகரம் செய்து பண்ணையார் வீட்டுக்கு வரும்முன் வேந்தர் உட்பட அனைவரும் தொப்பலாக நனைந்துவிட்டார்கள். உண்டாகியிருந்த அந்தப் பெண்கூட நனைந்துகொண்டுதான் போயிருக்க முடியும். மழை நிற்காமல் பலமாகப் பெய்யவும் ஊர்க்காரர்களுக்கு சந்தோஷம். கச்சேரிக்குப் பேசிய பணத்தைவிட ரூபாய் 200 அதிகம் கொடுத்தார்கள். 'விராட பருவம் படித்தால் மழை வரும் என்று பெரியவர்கள் சொன்னார்கள். ஆனால் இப்படி உடனடியாக வரும் என்று நாங்கள் எதிர்பார்க்கவில்லை. இங்கு விவசாயம் தவிர வேறும் எதுவும்

கிடையாது. இந்த மழை எங்களுக்குப் புதையல் கிடைத்தது மாதிரி. இனிமேல் நீங்கள் வருடா வருடம் எங்கள் ஊருக்கு வர வேண்டும்' என்று கேட்டுக்கொண்டு வழியனுப்பி வைத்தார்கள்.

விளாத்திகுளத்திலிருந்து கோவில்பட்டியை நோக்கி வேந்தரின் வண்டி செல்கிறது. மழை ஒரு துளி இல்லை. வேந்தர் சொன்னார். கோவில்பட்டியில் பெய்தால் தீப்பெட்டி ஆபீசை எல்லாம் பூட்ட வேண்டியதுதான். பாவம் மக்கள் என்றுதான் மழை விவசாயத்தைக் காத்ததுடன் தொழிலையும் காப்பாற்றி உள்ளது என்றார். தீப்பெட்டித் தொழிலுக்கு மழை தேவையே இல்லாத ஒன்று.

# 22

## மாரிமுத்தானுக்கு ஏற்பட்ட அவமானம்

வேந்தர் பிச்சைக்குட்டியவர்களிடம் எப்போதும் நான்கைந்து விலை உயர்ந்த மோதிரங்கள், கழுத்துச் சங்கிலி, தங்கத்தில் தோடா ஆகிவை உண்டு. ஆனால் இவற்றை எந்த நேரமும் அணிந்து கொள்ளும் பழக்கம் கிடையாது. நிகழ்ச்சி அன்று, அதுவும் மேடைக்குப் போவதற்கு முன்பாக ஆடைகளை அணிந்து, மேற்படி அந்த நகைகளையும் அணிந்துகொள்வார்.

குடம் வாசிக்கக்கூடிய மாரிமுத்தான் வேந்தருக்கு முந்தியே அவனுக்குப் பிடித்த ஒரு மோதிரத்தை எடுத்து அணிந்துகொள்வான். வேந்தரும் அதைக் கண்டுகொள்வதில்லை. மாரிமுத்தான் இடது கையில் மோதிரம் அணிந்து மேடையில் பெட்டியின் மீது அமர்ந்து வலது கையில் குடம் அடிக்கும் பத்தி, இடது கையில் குடத்தில் கட்டையைக் கொண்டு மிகவும் ஸ்டைலாக வாசிப்பான். அடிக்கடி பெண்கள் இருக்கும் திசையில் பார்வை, காலரை இழுத்துக்கொள்வது இப்படி ஒரு பழக்கம். அவனைச் சொல்லியும் குற்றமில்லை. இவ்வளவு அருமையாக குடம் வாசிக்கும் அவன் வயது 18 அல்லது 19 தான் இருக்கும். இது சகஜம்தானே. அடி பிசகும்போது வேந்தரும் ஒரு முறைப்புடன் விட்டுவிடுவார். இளவட்டச் சேட்டை தெரியாதவரா வேந்தர்.

அன்று அவனுடைய சொந்த ஊரான கன்னிச்சேரியில் நிகழ்ச்சி. மாரிமுத்தானே அதுவரை தொட்டு அறியாத வைர மோதிரத்தை எடுத்து அணிந்துகொண்டான். மேடைக்கும் போய்விட்டான். வேந்தர் சிரித்துக்கொண்டே அய்யனாவிடம் சொல்கிறார். 'இன்னிக்கு இந்தப் பய என்னத்த ஒழுங்கா வாசிக்கப்போறான், பய பார்வையே சரியில்லை. இதுல வைர மோதிரம் வேற.'

கதை சீதா கல்யாணம், புத்திர காமேஷ்டியாகம் செய்து அவிர் பாகத்தைத் தசரதன் மனைவிகள் உண்டு, கர்ப்பமாகி குழந்தைகள் பெறும் காட்சி. மற்றவர்களுடன் வாங்கிப் பாடுவதுடன், 'ஆமா', 'சரி', 'எப்படி' என்று ஊடே ஊடே வசனம் செய்வதும் மாரிமுத்தான்தான்.

வேந்தர் சொல்கிறார். 'இந்த விதமாக அவிர்பாகம் உண்ட தசரதன் பத்தினிகளான கோசலை ஸ்ரீராமனையும் கைகேயி பரதனையும் சுமித்திரை லக்ஷ்மண, சத்ருக்கனையும் ஈன்றார்கள்' என்று சொல்லி, குடத்தை ஒரு முறைப்பு முறைத்தார் வேந்தர். ஒன்று 'சரி' என்று சொல்ல வேண்டும் அல்லது 'அப்படியா' என்றோ 'ஆமாம்' என்றோ சொல்லியிருக்க வேண்டும். மாரிமுத்தான்தான் கதையையே கவனிக்கவில்லையே. அவனுடைய சொந்த ஊரல்லவா? ஊர்க் குமரிகளைப் பார்ப்பதும் மோதிர விரலை அசைப்பதும் அடிக்கடி காலரைத் தூக்கிவிட்டுக் கொள்வதும் என்றிருந்தான். வேந்தர் முறைத்த முறைப்பில் சற்றும் யோசிக்காமல், 'எப்படி' என்று சொல்லிவிட்டான். ஒரு முறைப்பு முறைத்த வேந்தர் சடாரென்று 'உங்கம்மாவைப் போய் கேளு, எப்படிப் பெற்றார்கள் என்று' என்று சொல்லிவிட்டார். உடனே கூட்டம் முழுவதும் குறிப்பாகப் பெண்கள் பக்கம் ஒரே ஆரவாரச் சிரிப்பு. உடனே தலை குனிந்தவன் தான் மாரிமுத்தான். அப்படி இப்படிப் பராக்குப் பார்க்காமல் ஒழுங்காகக் குடத்தைப் பார்த்து வாசித்து முடித்தான். ஊர் திரும்பிய வுடன் 'நான் இனிமேல் நிகழ்ச்சிக்கு வர மாட்டேன்' என்றான்.

'ஏன்டா' என்றார் வேந்தர். 'என் ஊரிலே வந்து என்னைத் தலைகுனிய வச்சிட்டீங்க. நான் இனிமேல் வரலை' என்றான்.

உடனே வேந்தர், 'எத்தனை வரைக்கும் ப்டிச்சிருக்கே' என்றார்.

'மூன்றாம் வகுப்புதான் படிச்சிருக்கேன்.'

'வேறு ஏதாவது தீப்பெட்டி ஆபீஸ், வேட்டாபிஸ் வேலை தெரியுமா?'

'தெரியாது'

'சரி, வாசிக்க வரலை, வேற என்ன வேலை செய்வ?'

'...'

'மாடு மேய்க்கவாவது தெரியுமாடா?'

'தெரியாது, மாடு மேய்த்ததில்லை.'

'அதற்கும் லாயக்கில்லை என்றால் என்னடா செய்வ மடையா.

நிகழ்ச்சியில் கவனமாக இருந்து, அப்பப்போ சரியானபடி ஊடு வார்த்தைகள் சொல்லாமல், என்னை இக்கட்டில் மாட்டிவிட்டு, வரமாட்டேன் என்றால் என்னடா அர்த்தம். முட்டாப் பயலே, நீ இன்றைக்கு ஊருக்குப் போக வேண்டாம், மற்றவர்கள் போகட்டும். நீ இன்று இங்கேயே தங்கி நாளை நிகழ்ச்சிக்குப் போகலாம். என்னுடனேயே இரு' என்றார். மௌனமாகப் போனவன், அன்று அங்கேயே வேந்தருடன் தங்கி மறுநாள் ஒழுங்காகக் கச்சேரிக்குப் போனான். வேந்தர் அவர்களின் இறுதிக் காலம்வரை அவருடனேயே இருந்தவன் மாரிமுத்து. இன்று அவனுடைய ஊரிலேயே ஒரு தீப்பெட்டிக் கம்பெனியில் வாட்ச்மேனாக இருந்துகொண்டு, பிற வில்லிசைக் கலைஞர்களுக்குக் குடம் வாசிக்கப் போய் வருகிறான். பிரமாதமாக வாசிப்பான். வேந்தரின் குழுவில் வாசித்தவன் ஆயிற்றே!

கலையை மட்டுமே நம்பி வாழும் ஒரு கலைஞன் அந்தக் கலை நசித்து நிகழ்ச்சியில்லாமல் வேறு வேலைக்குப் போகிற அவலமும் அவஸ்தையும் மனவேதனையும் அதை அனுபவிக்கிற கலைஞர்களுக்குத்தான் தெரியும்.

## 23

## உறங்காப்புளி லட்சுமணன்

வேந்தர் அவர்களுக்குக் கோவில்பட்டியில்தான் அதிகப்படியான நண்பர்கள் உண்டு. மிகவும் நெருங்கிய உறவினர்களைப் போல் மதித்துப் பழகுவார் தன்னுடைய நண்பர்களிடம். அவர்களில் ஒருவர்தான் அந்திக்கடை லெட்சுமணன் செட்டியார். வேந்தரால் அன்புடன் 'லேனா' என்று அழைக்கப்படுபவர். அவருடைய மகளுக்குத் திருமணம். சாத்தூர் போய் வேந்தரைச் சந்தித்து வெற்றிலை பாக்கு பத்திரிகையுடன் ரூபாய் நூற்று ஒன்றும் வைத்தார். 'ஏய், இதென்ன ரூபாயெல்லாம்' என்றார் வேந்தர். 'திருமணத்தன்று, நீ சீதா கல்யாணம் நிகழ்ச்சி நடத்துறே' என்று சொல்லிவிட்டுப் போய்விட்டார் லேனா செட்டியார். இருவரும் பள்ளித் தோழர்கள்கூட. தன்னுடைய நிகழ்ச்சிக் குறிப்பு டைரியைப் புரட்டுகிறார் வேந்தர். அதே தினம் சேலத்தில் கச்சேரி கேட்டு தபால் வந்திருக்கிறது.

சேலம் நிகழ்ச்சிக்குச் சென்றால் சன்மானம் நிறைய வரும். விரும்பவில்லை வேந்தர். நம் லேனாவுக்குத்தான் போக வேண்டும் என்று முடிவு செய்தார். கல்யாண நாளும் வந்தது. குழுவினருடன் போய் இறங்கியாயிற்று. நிகழ்ச்சிக்குச் சரியான கூட்டம். கச்சேரி தொடங்கி, களைகட்ட, கூட்டம் கட்டுண்டுக் கிடக்கிறது. கவுசிக முனிவர் யாகசாலைக் காவலுக்கு இராமபிரானைக் கனிவாகக் கேட்டு, தசரதன் புத்திர பாசத்தினால், வீண் சால்ஜாப்புக்கள் சொல்லிதானே வருவதாகக் கூறியதில் முனிவர் ஆத்திரம் கொள்ள, வசிஷ்ட மகாமுனிவர் தலையிட்டுக் கவுசிகரை சாந்தப்படுத்தி, இதமான வார்த்தைகள் தசரதனிடம் சொல்ல அவனும் ராமனுடன் லட்சுமணனையும் அனுப்பிவைக்க, இருவரையும் அழைத்துச் சென்ற மகரிஷி கானகத்திற்குப் போனவுடன், பயங்கரமான சிரிப்புடன் தாடகை வர, அஞ்சி ராமனைக் கெஞ்ச, அவரும் ஒரே அம்பில் தாடகையை வதம் பண்ணி, பிறகு யாகசாலைக்கு அழைத்துச்

செல்லப்பட்டு யாகம் நடக்கிறது. ராமனும் லட்சுமணனும் காவல் செய்யும் அழகினை வருணிக்கிறார் வேந்தர்.

'யாகசாலை நுழைவாயிலில் லட்சுமணன் வில்லும் அம்புமாக இரவும் பகலும் கண் மூடாமல் நிற்கின்றான். அண்ணன் ராமனோ யாகசாலையை ஒரு சுற்றுச் சுற்றி தம்பியிடம் வரும்போது செல்லமாக அம்பினால் அவனது தோளில் ஒரு தட்டுத் தட்டிவிட்டு மீண்டும் யாகசாலையைச் சுற்றுவதுமாக இருக்கிறான். தம்பி உறங்கிவிடக் கூடாதே என்பதற்காகத்தான். ஒவ்வொரு கணமும் அசுரர்களை எதிர்நோக்கி பாயக் காத்திருக்கும் சிங்கம் என நிற்கிறான். உறக்கத்துக்கும் அவனுக்கும் சம்பந்தமேயில்லை. அவன் விரும்பும் வரை வேண்டும்வரை அருகே வரக்கூடாது என்று ஓய்வு கொடுத்து விட்டான் உறக்கத்திற்கு.'

வேந்தர் அவர்கள் உற்சாகமாக இப்படியான கதையைச் சொல்லிக் கொண்டிருக்கும்போது, எதிரே உட்கார்ந்திருந்த நமது 'லேனா' அவர்கள் ஒரு காலை மடக்கி, ஒரு காலை மண்டியிட்டு அதில் முழங்கையை ஊன்றி முன்கையை ஒருபக்கம் தலையில் த்தாங்கி நன்றாக உறங்கிக் கொண்டிருக்கிறார். வேந்தர் கவனித்துவிட்டார்.

வேந்தர் சொல்கிறார் 'காவிய நாயகன் தம்பி லட்சுமணன் கடமை பெரிது, நம்பிய முனிவர்களைக் கைவிடலாகாது என்ற உணர்வில் உறக்கம் மறந்த நிலை அவனுக்கு. இங்கு இந்த லட்சுமணனைப் பாருங்கள், இவன் உறங்காப்புளி லட்சுமணன், உறக்கமே லட்சியம். இவனுக்கு வில்லுப்பாட்டாவது வெங்காயமாவது, யாகமாவது காவலாவது உறங்குவது ஒன்று மட்டுமே யோகம்' என்று சொன்னது தான் தாமதம் அனைவரும் லேனாவின் உறக்க நிலையைப் பார்த்து ஆர்ப்பரித்து ஆரவாரத்துடன் சிரிக்க அதில் முழிப்புத் தட்டி லேனா ஒன்றும் புரியாமல் முழிக்கலானார். உடனே வேந்தர், 'லட்சுமணா, உறங்கு நீ பாட்டுக்கு' என்று சொல்ல மீண்டும் ஒரே சிரிப்பு.

பெண்ணின் தகப்பனார் இல்லையா, பாவம் ஓடியாடி அலைந்திருப்பார். கொஞ்சம் அசந்து உறங்கியிருப்பார். ஆனால் கதையோடு அதைப் பொருந்திக் கோர்த்துச் சிரிப்பை உண்டாக்கி விடுவதில் பிச்சைக்குட்டி பெரிய கில்லாடி. எஸ்கேடி சவுந்திர பாண்டியன் அவர்கள் இதேபோல் ஒரு தடவை மாட்டிக் கொண்டு முழித்தார்.

## 24
## டோலக் பொன்னப்பன்

வேந்தர் பிச்சைக்குட்டியின் குழுவில் உள்ள அனைவரையுமே வேந்தர் எந்த அளவுக்கு மரியாதையுடன் வைத்திருந்தார். அவர்களுக்குக் கஷ்ட காலத்தில் எவ்வளவு உதவிகள் செய்தார் என்பதற்கு நிறைய சம்பவங்களைச் சொல்லலாம்.

டோலக் பொன்னப்பனைப் போல் ஒரு லய வித்துவானைப் பார்ப்பதே அரிது. அவ்வளவு திறமைசாலி. ஆனால் அவர் ஒரு நாடகப் பிரியர். திடீரென்று கரூர் பக்கம் சொல்லாமல் கொள்ளாமல் போய்விடுவார். குறைந்தது ஆறுமாத காலம் ஆள் அட்ரசே இருக்காது. பொன்னப்பன் டிமிக்கி கொடுக்கிற போதெல்லாம் உப்பத்தூர் அருகே உள்ள கருப்பூர் என்னும் ஊரிலிருந்து ஒரு பெரியவர், கோடையிடி அப்பாவு என்று பெயர், வந்து சேர்வார். நன்றாகத்தான் வாசிப்பார். ஆனால் பொன்னப்பனின் களை இருக்காது. சீசன் முடியவும் பொன்னப்பன் வந்து சேர்வார். 'என்னடா சீசன் முடிந்ததா?' என்பார். தலையைச் சொறிந்துகொண்டே அவரும் 'ம்' என்பார். அடுத்த கேள்வி, 'எங்க வந்தே' 'சும்மா' வந்தன். 'என்னடா சும்மா, நாளை நிகழ்ச்சிக்கு வர்றியா?' என்பார். 'சரி' என்பான். கச்சேரி முடிந்ததும் சம்பளப் பட்டுவாடா நடக்கும். அப்போதுள்ள நிலவரப்படி ரூபாய் பதினைந்து அல்லது இருபது தருவார். தலையைச் சொறிவார் பொன்னப்பன்.

'என்னடா? என்ன விஷயம் சொல்லு.'

'குடும்பத்தை (குடும்பம் கழுகுமலையில்) இங்கே கூட்டி வந்துவிட்டால் பஸ் செலவு மிச்சமாகும். அதான்.'

'சரி, கூட்டிட்டு வா, அதுக்கு நான் என்ன செய்யனும்.'

'வீடு பாத்திருக்கேன். அட்வான்ஸ் செலவு ரூபாய் ஐம்பது வேணும்.'

'ஏற்கனவே நீ சீசனுக்குப் போகும்போது அறுநூறு ரூபா அதிகப் பற்று இருக்கு' என்பார். கொஞ்ச நேரம் மௌனம். இந்தா போய்த் தொலை என்றபடியே ரூபாய் ஐம்பதைக் கொடுப்பார். சொன்னபடியே மறுநாளே குடும்பம் இங்கே வந்துவிடும். ஒவ்வொரு தடவையும் நிகழ்ச்சிக்குப் போய் வந்தவுடன் சம்பள பட்டுவாடா நடக்கும். பொன்னப்பன் மெதுவாக ஆரம்பிப்பார்.

'ஒரு எடத்துல நல்ல தையல் மிஷின் ஒன்று இருக்கு. முந்நூறு ரூபா இருந்தால் வாங்கிறலாம், நிகழ்ச்சி இல்லாத போது வேலை செய்தால் கொஞ்சம் கட்டுபடியாகும்' என்பார்.

'என்னடா, ஒன்னோட பெரிய பாதரவாப் போச்சு. ஏற்கனவே ரூபா 600. முந்தா நாள் ரூ. 50. நீ என்னதான் நினைக்கிறே' என்பார்.

'இப்போ முந்நூறு குடுத்தா அறுநூற்றி ஐம்பதுக்கு புரோநோட்டு எழுதித் தாரன்' என்பார் பொன்னப்பன்.

'புரோ நோட்ட வச்சு நாக்கு வலிக்கவா' என்பார் வேந்தர். ஆனாலும் மனசு கேக்காது. தையல் மிஷின் வாங்கித் தருவார். போன வருஷம் வாங்கிக் கொடுத்த மிஷின் எங்கே என்று கேக்க மாட்டார். அவருக்குத் தெரியும் ஒவ்வொரு வருடமும் அதை விற்றுத்தான் நாடக சீசனுக்குப் போகிறான் என்று. ஒரு ஆறுமாத காலம் பிரமாதமாக வண்டி ஓடும். பிறகு பழைய கதைதான். மிஷினை விற்பார். நூறு அல்லது இருநூறு மனைவியிடம் கொடுப்பார். மனைவியைக் கழுகுமலைக்கே அனுப்பி வைத்துவிட்டு சொல்லாமல் கொள்ளாமல் கரூருக்குப் போய்விடுவார். மீண்டும் நாலு ஏச்சு. பழையடி கருப்பூர் கோடையிடி அப்பாவு வருவார். இது ஒவ்வொரு ஆண்டும் நடக்கிற கூத்து. பிச்சைக்குட்டி இறக்கும் போது புரோநோட்டுத் தொகைக் கணக்கு 2500 ரூபாய் இருந்ததாம். பொன்னப்பனின் கொடுமைகளுக்கெல்லாம் வேந்தர் தலையாட்டுகிறார் என்றால் காரணம் வாசிப்பு.

வாசிப்பென்றால் அப்படி ஒரு வாசிப்பு. பொன்னப்பனை அனுசரித்துதான் மற்றைய மேளங்கள், குடம், உடுக்கு எல்லாம். 'டப்'பென்று கணத்தில் நிறுத்தி எடுக்கும்போது கணத்தில் மேளம் தொடங்குவது மிகவும் அபாரமாக இருக்கும். மற்ற யார் வாசித்தாலும் காட்டுக்கும் மேட்டுக்கும் லயம் அவஸ்தைப்படும். இப்பவும்

இலங்கையிலும் மலேசியாவிலும் எப்பவாவது வானொலியில் வேந்தரின் கச்சேரி ஒலிபரப்பாகும்போது, இது பொன்னப்பன் டோலக், இது மாரிமுத்தான் குடம், இது மீனாட்சி உடுக்கு என்று சொல்லிவிடலாம்.

ஆனால் காலம் பூராவும் பொன்னப்பனைப் பொறுத்தவரை பற்றாக்குறைதான். நல்ல செலவாளி. வேந்தருடைய காலத்துக்குப் பிறகு பொன்னப்பன் பட்ட கஷ்டங்கள் அவஸ்தைகள் எழுத்தில் சொல்ல முடியாது. சின்னா பின்னப்பட்டார். அதற்குப் பின்னர் 10, 15 வருடங்கள் வாழ்ந்து மறைந்தார். அவருடைய மகன்கள் இருவரும் டோலக், உடுக்கு வாசித்து வருகிறார்கள். வறுமைதான் மிஞ்சும் என்று தெரிந்தும் கலைத் தாகத்தால் எத்தனையோ கலைஞர்கள் கலையைவிடாமல் காப்பாற்றிக் கொண்டுதான் வருகிறார்கள்.

# 25

## ஆர்மோனியத்தின் அவஸ்தை

எந்த ஒரு கச்சேரியிலேயும் மிக முக்கியமான வாத்தியம் ஆர்மோனியம். அதை வாசித்துக்கொண்டே கோரஸ் பாட்டுப் பாடுவதும் ஆர்மோனியக்காரர்தான் என்றால் மிகையல்ல. அதிலும் வில்லுப்பாட்டிலே ஆர்மோனியத்தின் பங்கு மிக மிக முக்கியமானது. வில்லிசை வேந்தர் பிச்சைக்குட்டியிடம் ஆர்மோனியம் வாசித்த ஜெகன்னாதன் வேந்தருக்கும் மாப்பிள்ளை முறை. குரலில் தெளிவு குழைவு ஏற்ற இறக்கம். மிக அற்புதமாக வாசிப்பார். மெலிந்த தேகம். வேந்தர் கேலியாகச் சொல்வார்.

'யோவ், மாப்பிள்ளை எனக்கு ஆண்டவன் சரீரத்தைக் கொடுத்து உமக்கு சாரீரத்தைக் கொடுத்துவிட்டாரேய்யா' என்று. இவர் அப்போது கோவில்பட்டியில் வாசம். பிள்ளைகுட்டிக்காரர். கோவில்பட்டி ரெயில்வே நிலையம் எதிரே உள்ள சேவுக்கடையில் பார்ட் டைம் வேலை வேறு. இவரும் பெரிய செலவாளி. எல்லாம் பற்றாக்குறைதான். ஆனால் வஞ்சகமில்லாமல் கடன் வாங்குவார். இவர் வேந்தரிடம் உள்ளவர். ஆகையால் புரோநோட்டு எழுதி வாங்கிக்கொண்டு எவரும் கடன் தருவார்கள். 100, 200, 300, 500 ரூபாயிலிருந்து 2000 ரூபாய் வரை பாக்கி இருக்கும். திடீரென கொடுத்தவர்கள் நெருக்குவார்கள். ஆள் மேல் ஆள் வரும். இனிமேல் ஜெகன்னாதன் கடன்களைப் பைசல் செய்யாமல் ஊரைவிட்டு வெளியேற முடியாது என்ற நிலை எனச் செய்தி எட்டும். ரூபாயையும் எடுத்துக்கொண்டு வேந்தரின் உதவியாளர் டைப்பிஸ்ட் சாரையும் கூட்டிக்கொண்டு காரில் வந்து இறங்குவார். கடன் கொடுத்தவர்கள் அத்தனை பேரையும் நேரில் பார்த்து பைசல் செய்வார். 'இனிமேல் யாரும் கடன் கொடுக்காதீர்கள்' என்று சொல்லிவிட்டு வருவார். அது மறுபடியும் பின்வரும் நாள்களில் தொடரத்தான் செய்யும். இதற்குக் காரணம் இரண்டு. பொதுவாகவே இரண்டாவதாக பிற வாத்தியங்களுக்காவது மாற்று ஏற்பாடு உண்டு. டோலக்கிற்கு ஒரு

அப்பாவு மாதிரி தேறுவார்கள்; கிடைப்பார்கள். ஆர்மோனியத்திற்கு வாய்ப்பான ஆள் அமைவது சிரமம். அனேகமாக இல்லையென்றே சொல்லலாம். இனிமையான சாரீரமும் வாங்கிப் பாடும் திறமையும் கொண்டவர் ஜெகன்னாதன்.

எனவே அவர் துன்பத்தைப் போக்கியே ஆக வேண்டும். தவிரவும் வில்லிசைக் குழுவில் தலைவரான வேந்தருக்குத் துணையாக இருப்பவர்களுக்கு வேறு யார் வந்து உதவுவார்கள். காலம் பூராவும் வேந்தரே தஞ்சம் என்று வாழ்ந்து உழைத்து வருபவர்கள் இவர்கள்தானே. எனவே வேந்தர்தானே எல்லாவற்றிற்கும் பொறுப்பு ஏற்க வேண்டும். இதை உணர்ந்துதான் வேந்தர் பல உதவிகளும் செய்துவந்தார். அதே போல் இவர்களும் வேறு எந்தக் குழு எவ்வளவு பணம் கொடுத்துக் கூப்பிட்டாலும் போகவே மாட்டார்கள். வில்லிசைக்குழு எதாவது இலங்கை, மலேசியா, சிங்கப்பூர், சென்றதா? நம்முடைய வேந்தர் குழு ஒன்றுதான் அந்தப் பாக்கியம் பெற்ற குழு. அது மட்டுமா, ரிஷிகேஷத்தையும் டெல்லியையும் பம்பாயையும் கல்கத்தாவையும் பெங்களூரையும் ஐதராபாத்தையும் சுற்றிய ஒரே குழு வேந்தரின் குழு ஒன்றுதான்.

தமிழ்நாட்டில் அனேகமாக அனைத்து மாவட்டங்களையும் சுற்றிவந்த குழு. போகும் இடத்தில் எல்லாம் நல்ல மரியாதை உபசரிப்பு இத்தியாதிகள். வாழ்நாளில் இந்தக் குழுவில் இருந்தவர்கள் பெற்ற தலையாய பாக்கியங்கள் என்று சில உண்டு. அதாவது பெரியவர்கள் தரிசனம். ரிஷிகேஷம் சிவானந்த சரஸ்வதி அவர்கள், திருவாவடுதுறை, குன்றக்குடி, திருப்பனந்தாள், மதுரை ஆதீன கர்த்தாக்கள், அரசியல் தலைவர்களில் நேருபிரான், முதல்வர் சி.என். அண்ணாத்துரை, ராஜாஜி, சா. கணேசன் ஆகியோரின் தரிசனம் மிகப்பெரும் பாக்கியம். வாழ்நாளிலேயே 'மறக்க இயலாததுமானது குற்றாலத்தில் ரசிகமணி டி.கே. சிதம்பர முதலியார் அவர்களின் தரிசனமும் தொடர்பும். தந்தி கொடுத்து குழுவினருடன் வரச்சொல்லி, ராஜாஜியும் உடன் இருக்க அறிமுகப்படுத்தி பாடச் சொல்லிக் கேட்பார். டி.கே.சி. ரசிகமணி அவர்களுக்கு மிகவும் பிடித்தமானது தாளமும் சந்தமும் மெட்டும். அப்படியே பரவசப்படுவார்கள்.

பெரிய இலக்கியப் புலமை பெற்றவர் இல்லையா டிகேசி! கம்பராமாயணத்தில் இடைச்செருகல் பாட்டை உருவி சுத்தமான கம்பனை நிலைநாட்டியவராயிற்றே. ரசிக்கக் கேட்கவா வேண்டும்.

# 26

## தாஸ் அண்ணாச்சியின் இதயவலி

வேந்தர் பிச்சைக்குட்டிக்கு சாத்தூரில் நிறைய நண்பர்கள் உண்டு என்றாலும் முக்கியமான சிலரைக் குறிப்பிட்டுச் சொல்லலாம். கம்யூனிஸ்ட் தோழர் ஜி. ஆர். என்றழைக்கப்படும் ஜி. ராமசாமிதாஸ் என்றழைக்கப்படும் டிரைவர் தாஸ் கோனார். இன்னொரு நண்பர் இளசை முத்துக்கருப்பன் (வேந்தரைப் பெரிதும் ஆதரித்தவர்கள்; வேந்தர் சாத்தூர் வருவதற்கும் அவருடைய இருப்புக்கும் காரணமானவர்கள்). இன்னொரு நண்பர் புரட்சிவாதி சின்னத்துரை. இவர்களில் தாஸ் அண்ணாச்சி, தான் பார்த்துவந்த டிரைவர் வேலையை என்ன காரணத்தாலோ உதறித் தள்ளிவிட்டு முழுநேரமும் வேந்தருடனே இருப்பார். சாதுவான தோற்றமும் பயமுறுத்தும் பெரிய மீசையும் வெள்ளை வெளேரென வேஷ்டி சட்டையுமாக அம்சமாக இருப்பார். காலை 9 மணிக்கு வேந்தரின் அலுவலகத்தில் ஆஜரானால் வேந்தர் அறையைவிட்டு வெளியேறும் வரை உடனிருப்பார். வெள்ளை உள்ளம் கொண்டவர். வேலை எதுவும் இல்லாததால் சிகரெட், டீ, காபி செலவு உட்பட வேந்தரின் பொறுப்புதான். வாரா வாரம் வீட்டுக்கு ரேஷன் வாங்கவும் பணம் தருவார். இது போக வீட்டில் தீப்பெட்டிக் கட்டைகள் அடுக்கி மற்றச் செலவுகளைக் கவனித்துக் கொள்வார்கள். சில சமயம் ரூபாய் ஐம்பது, நூறு வேண்டும் என்று வேந்தரிடம் நச்சரிப்பார்.

அதுபோன்ற சந்தர்ப்பத்தில் ஒரு முறை வேந்தர் 'என்னிடம் உங்கள் சக்திக்கு டீ, சிகரெட் என்று வாங்கிக் கொள்கிறீர்கள். வாரா வாரம் ரேஷன் வாங்கவும் பணம் தருகிறேன். மேலும் மேலும் என்னை இப்படிப் பணம் கேட்டுத் துன்பப்படுத்துகிறீரே உமக்கு இதயமே இல்லை என்று நினைக்கிறேன்' என்று சொன்னார். அப்புறம்

பணத்தை வாங்கிக்கொண்டு தாஸ் அண்ணாச்சி போய்விட்டார். இது நடந்து இரண்டு மூன்று வாரங்கள் தாஸ் அண்ணாச்சியை ஆளையே காணோம். வேந்தருக்கு மனசு கேட்கவில்லை. வீட்டுக்கு ஆள் அனுப்பி விசாரித்துவிட்டு வரும்படி சொன்னார். மதுரைக்கு ஒரு திருமணத்திற்கென்று போனவர் வீடு திரும்பவில்லை என்று தகவல் சொன்னார்கள். வேந்தரோ மிகவும் வருத்தத்துடன் தினமும் விசாரிப்பார். இரண்டு நாள்கள் கழித்து தாஸ் அண்ணன் வந்தார். சற்று மெலிந்து வாடிப் போய் மிகவும் சோகமாக வந்தார்.

'என்னய்யா என்ன ஆச்சு, ஆளையே காணோம்' என்றார்.

'போங்க மாப்பிள்ளை, மதுரையில் எனக்குத் திடீரென்று ஹார்ட் அட்டாக் வந்துவிட்டது, பிழைச்சதே மறு பொழப்பு. இங்க பாருங்க இவ்வளவு மருந்துகளும் ஊசிகளும் வாங்கணுமாம்' என்று சொல்லியபடியே ஒரு பெரிய லிஸ்ட்டையே காண்பித்தார்.

கையில் லிஸ்ட்டை வாங்கிய வேந்தர் 'பரவாயில்லையே, எனக்கு இப்போது எவ்வளவு சந்தோஷமாக இருக்கிறது தெரியுமா'

சுற்றியிருந்த நண்பர்களுக்கோ ஒரே அதிர்ச்சி. தாஸ் அண்ணாச்சி இருதய நோய் என்கிறார், வேந்தரோ சந்தோஷம் என்கிறாரே இவருக்கு இதில் என்ன அவ்வளவு சந்தோஷம் என்று குழப்பத்தில் மௌனமாக உட்கார்ந்திருந்தார்கள். தாஸ் அண்ணாச்சிக்குக் கோபம் வந்து, 'ஹார்ட் அட்டாக் எனக்கு வந்திருக்கிறது. உமக்கு சந்தோஷமாக இருக்கிறதா?' என்று கேட்டுக்கொண்டே வேந்தரின் கையில் இருந்த மருந்து லிஸ்ட்டைப் பிடுங்க முயன்றார்.

வேந்தர் சிரித்தபடியே 'போன மாசம்வரை உமக்கு இதயமே இல்லை என்றுதான் நினைத்துக்கொண்டிருந்தேன். இப்ப என்ன தெரியுது, உமக்கு இதயம் இருக்கிறது, இருக்கப் போய்தானே அதில் வலி வந்திருக்கிறது. இது சந்தோஷமான சமாச்சாரம்தானே' என்றார்.

பக்கத்தில் இருந்த அனைவரும் சிரிக்க தாஸ் அண்ணாச்சிக்கும் சிரிப்பை அடக்கமுடியவில்லை.

'போங்கய்யா, ஒங்களுக்கு எதிலும் கேலி கிண்டல்தான்.'

'நீர் ஒன்றுக்கும் கவலைப்பட வேண்டாம். இந்தாரும் ரூபாய். யாரையாவது அனுப்பி முதலில் மருந்து ஊசி எல்லாம் வாங்கிட்டு வாரும். நானே உமக்கு ஊசிபோட்டு டிரீட்மெண்ட் செய்கிறேன்'

வேந்தர் ஒரு டாக்டர். ஊசியெல்லாம் போடுவார். அந்த மருந்துகளை எல்லாம் வாங்க விருதுநகர்தான் போகவேண்டும். சாத்தூரில் மருந்துக்கடை கிடையாது. எல்லா மருந்து மாத்திரைகளும் வாங்கி வந்து வேந்தரே தாஸ் அண்ணாச்சிக்கு உரிய வைத்தியத்தைத் தொடர்ந்து செய்து வந்தார். மிகவும் நன்றாகவே கவனித்துக் கொண்டார். மூன்று நான்கு ஆண்டுகள் வரை இது தொடர்ந்தது. ஆனாலும் தாஸ் அண்ணாச்சி உடல் மெலிந்து தேறவே வழியில்லாமல், மரணத்தைத் தழுவிக்கொண்டார். வேந்தரின் மனசு எவ்வளவு இரக்க மனசு என்பதற்கு இதுபோல் பல சம்பவங்கள் உண்டு.

## 27
## மெடிக்கல் மணி அண்ணாச்சி

'ஒருவன் எப்படிப்பட்டவன் என்பதை நீ அறிந்துகொள்ள விரும்பினால் அவனுடைய நண்பர்களை வைத்துத் தெரிந்து கொள்' என்று ஆங்கிலப் பழமொழி உண்டு. கோவில்பட்டியிலும் சாத்தூரிலும் வேந்தருக்கு நிறைய நண்பர்கள் இருந்தாலும் அதில் முக்கியமானவர்கள் மெடிக்கல் ஸ்டோர் மணி அண்ணாச்சி. வயதிலும் மூத்தவர். வேந்தரை 'என்னடே' என்று ஒருமையில் பேசக்கூடிய அளவுக்கு உரிமை பெற்றவர். வேந்தரின் குடும்பத்தில் அவருக்கும் அவருடைய துணைவியாருக்கும் எப்போதாவது மனஸ்தாபம் ஏற்பட்டுவிடும். உடனே துணைவியார் கோபித்துக்கொண்டு கோவில்பட்டிக்குப் போய் அவருடைய அண்ணன் வீட்டில் இரண்டு மூன்று நாள்கள் இருந்துவிட்டு வருவதுண்டு. இடையில் வேந்தரின் நண்பரான மணி அண்ணாச்சியிடம் புகார் செய்யவும் தவறுவதில்லை. உடனே மணி அண்ணாச்சியும் சாத்தூர் போய் வேந்தரைக் கண்டிப்பார்கள்.

'நீ நடப்பது சரியில்லை. அவளை எதற்கு சத்தம் போட்டாய்' என்று நிறைய அறிவுரைகள் சொல்வார்கள்.

திடீரென்று ஒரு நாள் மணி அண்ணாச்சியின் சம்சாரம் காலமாகி விட்டார்கள். மிகவும் பண்பும் அடக்கமும் உடைய ஆதர்சப் பெண்மணி அவர்கள். அவர்கள் இறந்ததிலிருந்து மணி அண்ணாச்சி சோகமே உருவாக மிகவும் மெலிந்துவிட்டார். அந்த நிலை யிலும் வேந்தரின் குடும்பப் பிரச்சினை விஷயமாக நிறைய அறிவுரைகளைச் சொல்லிக்கொண்டிருந்தார். பொறுமையாகக் கேட்டுக்கொண்டிருந்த வேந்தர் இப்படிச் சொன்னார்.

'என்ன செய்யறது அண்ணாச்சி உங்களுக்கும் எனக்கும் ஒரே கவலைதான்' என்றார்.

'என்னடா என்னையும் சேர்த்துச் சொல்றே' என்றார் அண்ணாச்சி.

'ஆமாம் பொண்டாட்டிக் கவலைதான். உங்களுக்குப் போய்ட்டாளே என்ற கவ்லை; எனக்குப் போகலையே என்ற கவலை' என்று வேந்தர் சொன்னதும், மணி அண்ணாச்சி உட்பட அனைவருமே கவலையை மறந்து சிரித்துவிட்டார்கள்.

'ஒன்னோட பெரிய கூத்துதான் போ' என்று அண்ணாச்சி போய் விட்டார். சுற்றியிருந்தவர்களாலும் சிரிக்காமல் இருக்க முடியவில்லை.

ஒருநாள் மதியம் 1 மணி இருக்கும். அழுக்கு உடைகளுடனும் பட்டினியாகக் கிடந்த முகத்துடனும் தோளில் ஒரு மஞ்சள் கலர் ஜோல்னாப் பையுடன் ஒருவர் வந்தார். வேந்தரும் அவருடைய குழுவினரும் மதிய உணவு சாப்பிட புறப்பட்டுக்கொண்டிருந்த நேரம்.

வேந்தர் அவரைப் பார்த்ததும், 'ஏய், வா, வா, வா, எப்படி இருக்கே' என்று விசாரித்ததோடு உடனடியாகப் பக்கத்தில் உள்ள கடையில் சாப்பிடும்படி கேட்டுக்கொண்டார். குழுவினருக்கு வந்திருப்பவர் யார் என்று தெரியவில்லை. அவரை அனுப்பிவிட்டு அப்புறம் நாம் சாப்பிடலாம் என்று வேந்தர் கேட்டுக்கொள்ளவே அனைவரும் பசியுடன் காத்திருக்கிறார்கள். வந்தவர் கடைக்குள் சாப்பிட்டுக் கொண்டிருந்தார். அவர் யார் என்பதை அறிந்து கொள்ள அவர்கள் விரும்புவதைக் குறிப்பால் உணர்ந்த வேந்தர், 'ரொம்ப நல்லவன், அதோடு கொடுத்து வைத்த புண்ணியவான், என்னைவிட பெரிய அதிர்ஷ்டம் பண்ணியவன்' என்றார்.

குழுவினருக்கோ ஒரே ஆச்சரியம், என்னடா இது, இவனைப் பார்த்தால் மிகவும் ஏழ்மையாகவும் பஞ்சத்தில் அடிபட்டவன் போலவும் இருக்கிறான். பரிதாப தோற்றத்தில் இருக்கும் இவனைப் போய் வேந்தர் அதிர்ஷ்டக்காரன் என்கிறாரே என்று குழப்பம். பிறகும் சொன்னார். 'என்ன அப்பிடிப் பாக்குறீங்க. இவனைப் போய் அதிர்ஷ்டக்காரன், கொடுத்து வைத்தவன் என்கிறேனே என்று பாக்கீகளா? கண்டிப்பா, அவன் அதிர்ஷ்டக் காரன்தான். அவன் யார் தெரியுமா? என் மனைவிக்கு முறை மாப்பிள்ளை. நியாயமாக இவன்தான் அவளைக் கல்யாணம் பண்ணியிருக்கனும். பயல்

தப்பித்துக் கொண்டான். நான்தான் மாட்டிக்கொண்டேன்' என்றாரே பார்க்கலாம். ஒரே சிரிப்பு.

பிச்சைக்குட்டியின் துணைவியார் அனாவசிய செலவைக் கண்டிப்பார். 'வெடுக், வெடுக்'கென்று பேசுவார். மற்றபடி மிகவும் தங்கமான குணமுடையவர். வேந்தருக்கோ குடும்ப விஷயத்தில்கூடக் கிண்டலும் கேலியும்தான். எதையுமே சீரியசாக எடுத்துக்கொள்ள மாட்டார். நகைச்சுவையாகப் பேசுவதில் பெரிதும் விருப்பம் உடையவர். ஆனால் யார் மனசையும் புண்படுத்த வேண்டும் என்ற உள்நோக்கத்தில் பேச மாட்டார். அதையும் மீறி யாராவது வருத்தப்பட்டார்கள் என்று கேள்விப்பட்டால், அடுத்த வினாடியே போலிக் கௌரவம் பார்க்காமல் தன்னுடைய வருத்தத்தைத் தெரிவிக்கத் தயங்கமாட்டார். மேற்படி முறைமாப்பிள்ளையைச் சாப்பிட வைத்து, இருபது ரூபாய் கையில் கொடுத்து வழியனுப்பி வைத்தார். ஒரு வித்தியாசமான அதே சமயம் நல்ல பண்புடையவர் வேந்தர் பிச்சைக்குட்டி.

# 28

## எட்டயபுரம் போன கதை

பிச்சைக்குட்டி அவர்களின் வில்லிசைச் கச்சேரியில் எல்லாச் சுவை களையும் சம அளவோடு கலந்து கொடுத்து மக்களைத் தன் வயப்படுத்திவிடுவார். வீரம், சோகம், காதல், நகைச்சுவை எல்லாமே மக்களை மகிழ்வித்துக்கொண்டே இருக்கும். இடையிடையே நகைச்சுவைக் கதைகளை ஏராளமாகச் சொல்வார். சுமார் நாற்பது வருடங்களுக்குமுன் அவர் சொன்ன நிறையக் கதைகளை இன்றும் பல பேர் வானொலி, தொலைக்காட்சி, பட்டிமன்ற மேடைகளில் பயன்படுத்தி வருகிறார்கள். அவர்களுக்கே தெரியாது இது வேந்தர் சொன்ன கதை என்று.

'அந்தக் காலத்து முதலாளி ஒருத்தர் தன்னோட வேலைக்காரனைக் கூப்பிட்டு, 'ஏல, நாளைக்கு வெள்ளன வந்திரு. எட்டயாபுரம்வரை (கோவில்பட்டியில் கதை என்றால் எட்டயாபுரம் என்பார், சாத்தூரில் கதை என்றால் கோவில்பட்டி என்பார்) போகணும்' என்றார்.

மறுநாள் சாயங்காலம் வந்துசேர்ந்தான் வேலைக்காரன். அவன் மீது முதலாளிக்குக் கோபமான கோபம். அவனைக் கண்டதும் கோபத்துடன் கூப்பிட்டார். அவனும் கொஞ்சம் கூட பயப்படாமல் முதலாளி முன்னால் வந்து நின்றான்.

'ஏலே, நேத்து ஓங்கிட்ட நான் என்னலே சொன்னேன்.'

'என்ன சொன்னீங்க, எட்டயபுரம் போகனும்னு சொன்னீக'

'இப்ப வந்தா எப்படி எட்டயபுரம் போறது.'

'நான் இப்போ எட்டயபுரம் போய்ட்டுத்தான நேரா இங்க வாரன். அதுவும் சீக்கிரம் வரணுமேனு வேகமாக நடந்து வாரன்.'

'எட்டயபுரத்துல யாரையெல்லாம் பாத்தே.'

'நான் யாரைப் பாக்கணும், ஒருத்தரையும் பாக்கல. எட்டயபுரம் போனேன். வந்துட்டேன். நீங்க சொன்னபடி'

முதலாளிக்கோ தாங்க முடியாத கோபம். 'இங்க இப்பிடி கிட்டத்துல வால, எட்டயபுரம் போகணும்னா, யாரைப் பாக்கணும், என்ன சேதி, சொல்லுங்க முதலாளின்னு என்ன வந்து கேக்காம, நீ பாட்டுக்கு எட்டயபுரம் போய்ட்டு இப்போ வர்றியே ஒனக்கு அறிவிருக்கால, மடப்பயலே' என்று திட்டிவிட்டு, கோபத்தில் அவனுடைய இடது பக்கக் காதை அறுத்துவிட்டார்.

இப்பொழுது மாதிரி தொழிலாளர் பிரச்சினை இல்லாத காலம். அவன் பாவம் மருந்து வைத்துக் கட்டி புண்ணையும் ஆற்றிவிட்டான். பின்பு ஒருநாள் அந்த வேலைக்காரன் ரோட்டில் நடந்து வருகிறான். அப்பொழுது குப்பைத் தொட்டிக்குள் ஒரு நாய் இருப்பதையும் அந்த நாய்க்கு இரண்டு காதுகளும் அறுபட்டு மூளியாக இருப்பதையும் பார்த்துவிட்டான். இவனுக்கோ ஆச்சரியமான ஆச்சரியம். 'இந்த நாய்க்குக் கொஞ்சமாவது கூறு இருக்கா, அறிவிருக்கா, ஒரு தரம் எட்டயபுரம் போனாலே காதை அறுத்து விடுவாரே, இந்தச் சனியன் கூறில்லாம ரெண்டு தடவ போயிருக்கும் போல' என்று தனக்குள் சொல்லிக்கொண்டு அதை இரக்கத்துடன் பார்த்துக்கொண்டே நின்றானாம்' என்பார்.

அதாவது, கௌசிய முதபர்வதத்தில் ஸ்ரீராமனை சுச்கிரீவன் கூட்டம் உபசரணை செய்யும்போது, சுக்கிரீவனின் மனைவி போன்றோரைக் காணாது ஸ்ரீராமன் சந்தேகப்பட்டு, தனக்கு நேர்ந்த அவலம் இவனுக்கும் ஏற்பட்டிருக்குமோ என்று சஞ்சலமுற்று, பொருத்தும் நன்மனை பிரிந்துளாய சொல்' என்று கேட்டாராம், இந்த இடத்தில்தான் எட்டயபுரம் கதையைச் சொல்வார்.

வேந்தர் அவர்கள் பொருத்தமான இடத்தில் பொருத்தமான உபகதைகளைச் சொல்லி கதைப் போக்குக்கு வலுவூட்டுவதில் வல்லவர். ஆனால் அவர் கூறுகின்ற உபகதைகள் அத்தனையும் அதுவரை யாருமே சொல்லாததாக, யாருடைய மனசையும் புண்படுத்தாததாக நினைத்து நினைத்து சிரிக்கும்படியானதாக இருக்கும்.

## 29

## வேலையாட்களின் கதை

வேந்தர் பிச்சைக்குட்டி அவர்கள் நிகழ்ச்சி நடத்தும்போது இடையிடையே ஏராளமான கிளைக்கதைகளைச் சொல்லி மக்களை மகிழ்விப்பார். இந்தக் கதையை வேந்தர் 1950, 60களிலேயே சொல்லியிருக்கிறார். இன்றும் பட்டிமன்றப் பேச்சாளர்கள், அரசியல் வாதிகள், மதப் பிரசங்கிகள் இந்தக் கதையை அடிக்கடி சொல்வதை நீங்கள் கேட்டிருக்கலாம். ஆனால் முதன்முதலில் சொன்னவர் வேந்தர் அவர்களே. இது போன்ற கதைகளை எத்தனை முறை கேட்டாலும் ஒவ்வொரு முறை கேட்கும் போதும், புதிதாகக் கேட்பது போலவே இருக்கும்.

இரண்டு பெரிய முதலாளிகள் சந்தித்துப் பேசிக் கொள்கிறார்கள்.

'எனக்கு ஒரு வேலைக்காரன் வாச்சிருக்கான் பாருங்க, முட்டாளிலும் வடிகட்டிய அடி முட்டாள்' என்கிறார்.

மற்றொரு முதலாளி 'உன்னுடைய வேலையாளைவிட என் வேலையாள்தான்யா மடையனிலும் அடிமடையன், கழிசடை' என்கிறார்.

'சரி, நமக்குள்ள எதுக்கு வெவகாரம், இப்போ பாரும் வேடிக்கையை' என்றபடியே முதலாவது முதலாளி தன்னுடைய வேலையாளை அதட்டிக் கூப்பிட்டார். அவனும் பவ்யமாக வந்து பக்கத்தில் நின்றான்.

'இந்தா... இந்த ரெண்டு ரூபாய வச்சுக்கோ, நேரா கார் கம்பெனிக்குப் போய், ஒரு அம்பாசிடர் கார் ஊதா அல்லது

மஞ்சள் நிறம் உள்ளதாகப் பார்த்து வாங்கிட்டு சீக்கிரம் வா' என்றார். வேலையாளும் பதில் ஏதும் பேசாமல் வாங்கிக்கொண்டு போய்விட்டான்.

இதையெல்லாம் பக்கத்தில் நின்று பார்த்துக் கொண்டிருந்த இரண்டாவது முதலாளி, 'இவ்வளவுதானே இப்போ பாரும்' என்றபடி, தனது வேலையாளைக் கூப்பிட்டார். 'டேய், நேரா சரவணா லாட்ஜுக்குப் போற. போயி நான் அங்க இருக்கனானு பார்த்துட்டு சீக்கிரம் வா' என்கிறார். அவனும் உடனே கிளம்பிப் போய்விட்டான்.

முதலாம் முதலாளி, 'ரெண்டு ரூபாய்க்கு எவனாவது கார் கொடுப்பானானுகூட யோசிக்காமல் போறான் பாத்தியளா மடையன்' என்கிறார். இரண்டாம் முதலாளி, இதோ எதிரில்தானே நான் உட்கார்ந்திருக்கிறேன், என்னைப் போய் லாட்ஜில் தேடப் போறானே எப்பேர்ப்பட்ட மடையன் பாத்தியளா' என்கிறார்.

போன இடத்தில் இரண்டு வேலைக்காரர்களும் தற்செயலாய் ஒருவருக்கொருவர் சந்தித்துக் கொள்கிறார்கள். கார் வாங்கப் போன வேலைக்காரன் சொல்கிறான். என்னுடைய முதலாளியைப் போல் ஒரு கூறுகெட்ட ஆளைப் பார்க்கவே முடியாதய்யா. பாரேன் இன்னைக்கு ஞாயிற்றுக்கிழமைன்னுகூடத் தெரியாம கார் வாங்கிவரச் சொல்றார். எந்தக் கார் கம்பெனி திறந்திருக்கும். யோசனையே இல்லாத ஆள்' என்கிறான். இரண்டாவது வேலைக்காரன் 'உன் முதலாளி எவ்வளவோ பரவாயில்லை. ஏதோ ஞாபக மறதியில சொல்லிட்டார்னு வச்சுக்கிறலாம். என்னுடைய முதலாளியப் பார்த்தயா, கொஞ்சம்கூட யோசனை இல்லாத மனுஷன், அரை வேக்காடு. அவர் முன்னால மேஜையிலதானே போன் இருக்கு. போன் பண்ணி நான் அங்க இருக்கனா இல்லையானு வெசாரிச்சுக் கேட்டுக்கிற வேண்டியதான, இதற்கு ஒரு ஆள் மெனக்கெட்டு லாட்ஜ்வரை போய் அலஞ்சு வரணுமாக்கும் சே. பணம் இருந்தா மட்டும் போதுமா கொஞ்சமாவது கூறு வேண்டாமா?' என்று சலித்துக்கொண்டான்.

கார் வாங்கப்போன வேலைக்காரன் சொல்கிறான். என்னமோப்பா நம்ம பிறந்த நேரம், நம்ம தலையெழுத்து, இப்படி ஆள்களிடமெல்லாம் வேலை பார்த்து சாப்பிடணும்னு எழுதியிருக்கு, என்ன செய்ய, அதுசரி நீ போயி லாட்ஜ்ல பாத்தியா' என்கிறான். 'ஒரு ரூம் விடாமத் தேடியாச்சு, அந்தக் கூறுகெட்ட முண்டத்த

அங்க காணும்.'

'சரி. அப்ப வா போய்ச் சொல்வோம்' என்று இருவரும் பேசிக்கொண்டே நடந்தார்களாம்.'

நிகழ்ச்சிக்கு இடையில் இதுமாதிரியான கிளைக்கதைகளை இடையிடையே சொல்லி வேந்தர் அவர்கள் மக்கள் மத்தியில் சிரிப்பலையை உண்டு பண்ணி உற்சாகப்படுத்திவிடுவார். வேந்தர் அவர்கள் பாவனையுடனும் ஏற்ற இறக்கத்துடனும் கதைகள் சொல்லும் போது கேட்க ரசனையாக இருக்கும்.

# 30

## குடிகாரர் கதைகள்

வேந்தர் அவர்கள் சொல்லும் பல உபகதைகளில் குடிகாரர்களைப் பற்றிய கதைகளும் இடம்பெறுவதுண்டு.

*பாஞ்சாலி சபதம்* கதை சொல்லும்போது திருதராஷ்டிரனிடம், பாண்டவர்கள் மாளிகையில் தண்ணீருக்கும் தரைக்கும் வித்தியாசம் தெரியாமல் துரியோதனன் விழுந்ததைக் கண்டு பாஞ்சாலி சிரித்து விட்டாள் என்றும் அதற்காக துரியோதனன் அவமானம் கொண்டான், சஞ்சலப்படுகிறான் என்றும் சகுனி சொல்கிறான். அரசவை விருந்தில் வேண்டிய மட்டும் வாய்த்தது என்று தலைமுட்டக் குடித்துவிட்டு போதையில் கீழே விழுந்ததுமில்லாமல் இது என்ன தேவையற்ற கோபம் என்று சமாதானப்படுத்துகிறான் திருத ராஷ்டிரன். துரியோதனனோ சமாதானம் அடைய மறுத்துப் பழிவாங்கத் துடிக்கிறான்.

இந்தக் கட்டத்தில் வேந்தர் சொல்வார், 'குடிகாரர் கதை ஒவ்வொரு ஊரிலும் ஒவ்வொரு கதை. இப்படித்தான் நாங்கள் ஒரு தடவை சிங்கப்பூரில் தங்கியிருந்தோம்' என்று ஆரம்பிப்பார். அப்போது தங்கியிருந்த இடத்திற்கு வந்து ரூமிற்குள் செல்லும்போது பக்கத்து அறையில் ஒரு ஆள் நல்ல குடிமயக்கத்தில் சாவியைக் கதவுத் துவாரத்தில் நுழைக்க முடியாமல் கஷ்டப்பட்டுக்கொண்டிருந்தார். நான் உடனே அருகில் சென்று 'நான் தங்களுக்கு உதவட்டுமா' என்று கேட்டேன். உடனே அவர் என்னை ஒரு முறைப்பு முறைத்துவிட்டு, 'நான் என்ன போதையில் தடுமாறுகிறேன் என்று பார்த்திங்களா? நான் நிதானமாகத்தான் இருக்கிறேன். வேணும்னா ஒரு உதவி செய்யுங்கள், இந்தக் கதவும் சுவரும் ஆடுது, கொஞ்சம் ஆட விடாமல் பிடித்துக்கொண்டால் திறந்துவிடுவேன்' என்றாரே பார்க்கலாம்.'

குடிகாரர்கள் எப்போதுமே தங்களுடைய தடுமாற்றத்தை ஒப்புக் கொள்ளவே மாட்டார்கள், வேறு காரணங்களைத் தேடி தங்களை நியாயப்படுத்துவார்கள் என்பது கருத்து.

## வரட்டும் எவனாவது

'வெளிநாட்டில் ஒருவன் தனக்குக் கடுமையான பல்வலி என்று பல் டாக்டரிடம் போனான். டாக்டர் பற்களை சோதித்துப் பார்த்துவிட்டு 'ஒரே ஒரு பல் சொத்தையாகிவிட்டது. அதைப் பிடுங்கிவிட்டால் சரியாகிவிடும், இல்லையென்றால் ஒவ்வொரு பல்லாகக் கிருமிகள் பரவும்' என்றார்.

அவனும் சரியென்று சம்மதித்து டாக்டர் காண்பித்த நாற்காலியில் உட்கார்ந்தான். டாக்டர் பல் பிடுங்குவதற்குரிய கருவிகள் கத்திரிக்கோல்கள் என்று ஆயுதங்களை அவன் முன்னால் எடுத்து வைத்தார். உடனே அந்த ஆசாமி பயந்து போய், 'வேணாம் டாக்டர், இன்னொரு நாள் வருகிறேன்' என்று நழுவப் பார்த்தான். விடுவாரா டாக்டர், 'வெயிட், வெயிட்' என்று சொல்லியபடியே தனது அறைக்குள் போய் ஒரு கிளாசில் பிராந்தி ஊற்றிக் கொண்டுவந்து கொடுத்து, 'இந்தா முதலில் இதைச் சாப்பிடு' என்றார். அவனும் ஒரே மூச்சில் குடித்து முடித்தான். போதை தலைக்கு ஏறியது. இப்போது எப்படி இருக்கிறது என்றார் டாக்டர். அவன் 'ஹாஹாஹா' என்று சிரித்துக்கொண்டே 'இப்போ எவனாவது பல்லைப் பிடுங்க கிட்டத்தில் வரட்டும், அவனை என்ன செய்கிறேன் பார்' என்றவன், டாக்டர் வைத்திருந்த ஆயுதங்களில் பெரிதானதும் கூரானதுமான ஒன்றை கையில் எடுத்தானோ இல்லையோ, டாக்டர் பதறிப்போய் 'பரவாயில்லை, நீ போய் விட்டு இன்னொரு நாளைக்கு வா' என்று அனுப்பி வைத்தார்' என்று வேந்தர் சொன்னதும் கூட்டம் சிரிப்பாய்ச் சிரிப்பது எப்போதும் நடக்கும் விஷயந்தானே.

## சூரியனா சந்திரனா

'இரண்டு குடிகாரர்கள் அவர்களுக்குள் வாக்குவாதமும் தகராறும் செய்துகொண்டிருக்கிறார்கள். 'டேய், இது சந்திரனா? சூரியனா?' என்கிறான் ஒருவன். மற்றவனோ, 'என்னடா, முட்டாள் இதுகூடவா தெரியலை. இது சந்திரன்' என்கிறான். இவனோ, 'இது சூரியன்' என்று சொல்ல தகராறு முற்றி ஆளுக்கொரு சின்னக் கத்தியைக் கையில் எடுத்தார்கள்.

அதேசமயம் அந்த வழியாக வழிப்போக்கன் ஒருவன் வருகிறான். 'எதுக்குடா வம்பு, இதோ வர்றாரே இந்த அண்ணாச்சியிடம் கேட்போம். இது சூரியன்தான் என்று சொல்லிவிட்டால் ஒரே குத்து நீ காலி. சந்திரன் என்று சொல்லிவிட்டால் நீ என்னைக் குத்திக் கொன்றுவிடு' என்று ஒரு உடன்படிக்கை செய்துகொண்டு வழிப் போக்கனிடம் போகிறார்கள். 'யோவ் இது சந்திரனா? சூரியனா?' என்று வானத்தைக் காண்பிக்கிறார்கள், பார்த்தான் வழிப்போக்கன். சந்திரன் என்று சொன்னால் இவனுக்குக் கோபம் வரும். சூரியன் என்றால் அவனுக்குக் கோபம். இது எதுக்கு நமக்கு வம்பு என்று நினைத்து, 'அய்யா ஒங்களுக்கு விஷயம் தெரியாதா, நான் அசலூர்க்காரன், மதுரையில் இருந்து வருகிறேன். இந்த ஊர் நிலவரம் எனக்குத் தெரியாது, எங்கள் பக்கம் என்றால் சொல்லிவிடுவேன்' என்றான்.

உடனே அதில் ஒருவன் 'வாடா அவன் அசலூர்க்காரன், பாவம் என்னத்தைக் கண்டான். உள்ளூர்க்காரன் எவனையாவது கேட்போம்' என்று நடக்க, வழிப்போக்கனோ தப்பித்தோம் பிழைத்தோம் என்று வேறு திசையில் ஓட்டம் பிடித்தான்.'

இப்படி நினைத்து நினைத்துச் சிரிக்கும்படியான கதைகள் வேந்தர் கைவசம் இருக்கும்.

# 31

## வேந்தர் ரசித்தவை

ஒருநாள் ஒரு பெரியவர் வேந்தர் அவர்களைக் காணவந்தார். அவருடைய கைகளில் பெரிய கனத்த தடிமனான புத்தகம். வேந்தர் அவர்கள் அவரை வரவேற்று உபசரித்து வந்த விஷயம் என்னவென்று கேட்டார். அவரோ பவ்யமாக அந்தப் புத்தகத்தை வேந்தரிடம் கொடுத்தார். அவர் கொடுத்த அந்தப் புத்தகம், அரசு வெளியீடான 'என்சைக்ளோபீடியா' என்ற அகராதி நூல். அந்த நூலிலே ஒவ்வொரு தமிழ்ச் சொல்லுக்கும் உள்ள முழு விளக்கங்களும் இருந்தன.

'வில்வம்' என்ற சொல்லுக்குப் பொருள் சொல்லி, அப்புறம் 'வில்' என்பதற்கான முழு அர்த்தத்தையும் சொல்லி, அப்புறம் 'வில்லுப்பாட்டு' என்பதற்கு ஒரு பெரிய விளக்கமே சொல்லி, அதே பக்கத்தில் வேந்தரும் அவருடைய வில்லிசைக் குழுவும் இருக்கிற போட்டோவையும் போட்டிருந்தார்கள். புத்தகம் கொண்டுவந்த பெரியவர், 'அய்யா, இது உலகம் முழுமைக்கும் பயன்படக்கூடிய தமிழ்ச்சொல் அகராதி நூல். இதில் ஒருவரைப் பற்றி எழுத அவர் பெரிய புகழ் பெற்றவராக இருக்க வேண்டும். பெரிய பெரிய அறிஞர்கள் சேர்ந்து தயாரிப்பது இந்த நூல், அரசு வெளியீடு. இதிலே தங்களின் போட்டோ வந்திருப்பது சாதாரண விஷயமல்ல' என்றார்.

வேந்தரோ மிகவும் அடக்கமாக அந்த போட்டாவை ரசித்துக் கொண்டே, 'அந்தப் பெருமை எனக்கு மட்டும்தானா? எல்லாருக்கும் தான். என்னுடைய குழுவினர் அனைவருக்கும்தான். அனைத்து வில்லிசைக் கலைஞர்களுக்கும்தான். தமிழுக்கும்தான்' என்றார்.

நாதஸ்வர வித்துவான் காருகுறிச்சி அருணாச்சலம் அவர்கள் வேந்தருக்கு நெருங்கிய நண்பர். வேந்தரும் காருகுறிச்சியின்

பரம ரசிகர். ஒருநாள் தன் குழுவினருடன் அமர்ந்திருந்த காருகுறிச்சி, ஜானகி பாடிய 'சிங்கார வேலனே தேவா' பாடலைப் பாடினார். வேந்தர் குழுவினருடன் அதை ரசித்துக் கொண்டிருந்தார். பாடல் முடிந்ததும் குழுவினரை நோக்கி, 'இந்தப் பாட்டில் அதாவது காருகுறிச்சியின் நாயனத்தில் உள்ள விசேஷம் என்னன்னு சொல்லுங்கள் பார்க்கலாம்' என்றார் காருகுறிச்சியார். அவர்களால் 'மிகவும் நன்றாக இருக்கிறது' என்பதைத் தவிர வேறொன்றும் சொல்லத் தெரியவில்லை. உடனே வேந்தர் 'நாயனத்தின் ஸ்வர தாயி, சுருதி கனமும் உச்சமும்கொண்டதாக உள்ளது. வாய்ப்பாட்டுச் சுருதி கீழே உள்ளது. ஜானகி அவர்களின் சுருதிக்கு ஏற்ப, நாயன சுருதியை இழுத்து, குரலோடு இழையும் நாதத்தை இன்றுவரை எவரும் வாசித்தது கிடையாது. இனிமேலும் எவராலும் வாசிக்க முடியாது' என்றார்.

இது எவ்வளவு பெரிய உண்மை என்பது சங்கீத வித்துவான் களுக்குத் தெரியும். வேந்தர் அவர்கள் இசையை எப்படி ரசித்திருந்தால் இதைக் கண்டுபிடித்திருப்பார்!

பாராட்டும் போது யாரையும் மனம்விட்டுப் பாராட்டுவார் வேந்தர் என்பதற்கு இது ஒன்றே அத்தாட்சி.

திடீரென்று சங்கரன்கோவில் பக்கமுள்ள சென்னிகுளம் என்னும் ஊரைச் சேர்ந்த முருகன் என்பவர் வந்து நிற்பார். உடனே வேந்தர் 'என்ன கார்டு கிடைத்ததா?' என்பார். அவரும் தலையாட்டுவார். 'இரண்டு மூணு நாள் ஓய்வு இருக்கு, அதான் ஒம்ம வரச் சொன்னேன், சிரமம் ஒண்ணுமில்லையே' என்பார். முருகன் இரண்டு மூன்று நாள்களும் வேந்தருடனேயே தங்கியிருப்பார். ஓயாமல் அண்ணாமலை ரெட்டியார் அவர்களின் காவடிச் சிந்து பாடல்களைப் பாடச்சொல்லி ரசித்துக்கொண்டிருப்பார். மிக அற்புதமான குரல் வளம் கொண்ட முருகன் அவர்கள் காவடிச் சிந்து பாடினால் வேந்தர் அவர்கள் நாள்பூராவும் ரசித்துக் கொண்டிருப்பார்.

போகும்போது முருகனுக்குக் கணிசமான பணமும் கொடுத்து உபசரித்து அனுப்புவார். அடிக்கடி விளாத்திகுளம் சுவாமிகளும் கூடவே குருமலை லட்சுமி அக்காளும் வருவார்கள். சுவாமிகள் பாடுவார்கள். ஒரே ஒரு பாட்டுதான். ஒரே ஒரு ராகம்தான், இல்லையென்றால் சீட்டியில் ஆலாபனை. இப்படியே நேரம் போகும். அப்புறம் லட்சுமி அக்காள் பாட அனைவரும் கேட்பார்கள்.

வியப்பைத் தரும் குரல்வளம் கொண்டவர்கள். ஒப்பிட்டுச் சொன்னால் கே.பி.எஸ். அவர்களைச் சொல்லலாம். ஆனால் லட்சுமி அக்காள் அவர்கள் ஒரு குடத்திற்குள் எரிந்த விளக்கு மாதிரிதான் வாழ்ந்து மறைந்தார்கள். வெளி உலகத்திற்கு அவர்களைப் பற்றிய அறிமுகம் அவ்வளவாக இல்லாமலே போய்விட்டது. சுவாமிகளையாவது எம்.கே.டி. பாகவதர், திருவாவடுதுறை ராஜரத்தினம், காருகுறிச்சி போன்ற இசை மேதைகள் அழைத்துப் போய் மாசக் கணக்கில் உடன் வைத்திருந்து ராகத்தின் நுணுக்கங்களைப் பாடச் சொல்லிக் கற்றிருக்கிறார்கள். சுவாமிகளை மதுரை வித்துவான் பொன்னுச்சாமிப் பிள்ளையவர்கள் பாராட்டி உள்ளார்கள்.

இதுபோலவே செவல்குளம் தங்கையா. இவரும் வேந்தரிடம் அடிக்கடி வருவார். குரல், சீர்காழி கோவிந்தராசன் மாதிரியான குரல்வளம் இவருடையது.

# 32

## சிதறல்கள்

‘தொந்தகத்தோம்’ என்று தொடங்கி நாட்டின் வளமையைப் பாடி வருவார். அதிலே ‘மாடு கட்டிப் போரடித்தால் மாளாது செந்நெல்லென்று ஆனை கட்டிப் போரடிக்கும் அழகு தமிழ் நாடதிலே’ என்பார் வேந்தர். உடனே குடமடிப்பவர் ‘அப்போ இந்தக் காலத்தில்’ என்று ஒரு கேள்வியை விடுப்பார். ‘அந்தக் காலத்திலே எங்க அம்மா ஒரு ரூபாய் கொடுத்து அரிசி வாங்கி வரச் சொல்லி, ஒரு குட்டிச் சாக்கு கொடுப்பாள். இப்போ ரெண்டு ரூபா கொடுத்து ஒரு சின்ன ஜோல்னா பை தந்து அனுப்ப வேண்டியதிருக்கு. இன்னும் பத்து இருபது வருசம் போனால் இந்த ஜோல்னா பைகூட தேவைப் படாது’ என்பார். உடனே குடமடிப்பவர் ‘பின்ன எது தேவைப்படும்’ என்பார். ‘ரெண்டு ரூபா கொடுக்க வேண்டியது, சட்டைப் பையைக் காண்பிக்க வேண்டியது. கடைக்காரன் கொஞ்சம் எண்ணிப் போடுவான் வாங்கிட்டு, வரவேண்டியதுதான், விலைவாசி அந்த மாதிரி ஏறுது’ என்பார்.

இது இருபது முப்பது வருடங்களுக்கு முன்னர் சொன்னது. இப்பொழுதும் சரியாகத்தான் இருக்கிறது.

கண்ணகி கதையில் கடிமணம் புரிந்து கோவலன் கண்ணகியைக் காதல் மேலிடக் கொஞ்சும் இடத்தில் இளங்கோ அடிகளின் வரிகளை ராகத்துடன் பாடுவார். ‘மாசறு பொன்னே, வலம்புரி முத்தே, காசறு விரையே, கரும்பே, தேனே’ என்பார். உடனே குடமடிப்பவர், ‘இப்போகூட சினிமாவுல காதலர்கள் பாடுறாகல்ல’ என்பார். அதற்கு

வேந்தர் 'இது வேற வகைக் காதல். அதாவது கதாநாயகி திடீரென ஓடுவாள் தோப்புக்குள்ளே. கதாநாயகன் விடாதே பிடி என விரட்டிக்கொண்டே அவள் பின்னால் 'மூசுமூசு'ன்னு ஓடி வருவான்.' 'இது என்னய்யா காதல்' —குடம் கேட்கும். 'இதுதான் நாய்க்காதல். நாய் விரட்டுதில்ல, அது போல.

பிறகு அந்த நாயகி ஒரு மரத்தின் கொப்பில் ஏறி உட்கார்ந்து கொள்வாள். நாயகனும் பாடிக்கொண்டே மரத்தில் தானும் ஏறுவான். அதற்குள் அவள் மற்றொரு கொப்புக்குக் கொப்பு தாவுவாள். இவனும் தொடர அவள் மாறி மாறி கொப்புக்குக் கொப்பு தாவுவாள். 'இது என்ன காதல்'—குடம் கேட்கும்—'இது குரங்குக் காதல்' என்பவர், 'அப்புறம் என்ன நடக்கும் தெரியுமா? பக்கத்தில் ஏதாவது செயற்கைக் குளமோ குட்டையோ இருக்கும். நாயகி ஓடிப்போய் தொபக்கடீர் என்று அதில் குதிப்பாள். இவனும் உடனே குதித்து இருவரும் தண்ணீருக்குள் நனைந்தபடியே பாடுவார்கள்.' 'இது என்ன காதல்'—குடம். 'இதுதான் எருமைக் காதல்.' 'அப்படியல்ல கோவலன் காதல்' என்று மீண்டும் பாடத் தொடங்குவார். 'ஒருநாள், பனை மரத்தில் ஏறி ஒருவன் நொங்கு திருடப் போனான். அவன் நேரம். பிடிச்ச பிடி நழுவி காலும் சறுக்கி தலைகுப்புற கீழே விழப் போகும் போது பார்வதி தேவி பரமசிவன் இருவரும் பார்க்கிறார்கள். தேவியவர்களோ, 'அய்யோ, அநியாயமா ஒருவன் சாகப் போகிறானே, வாருங்கள் காப்பாத்துவோம்' என்கிறார். பரமசிவனோ 'ஒரு நாளைக்கு லட்சோப லட்சம் உயிர்கள் பிறப்பதும் இறப்பதும் வாடிக்கை' என்கிறார்.

ஆனால் லோக மாதாவோ 'என் கண் எதிரில் சாகவிடமாட்டேன்' என்கிறார். உடனே பரமசிவன் சொல்கிறார். 'சரி ஒன்று செய்வோம். அவன் விழும் முன்னே நாம் கீழே போய்க் காத்திருப்போம். அவன் விழும்போது 'அப்பா' என்றால் நான் காப்பாற்றுகிறேன். 'அம்மா' என்றால் நீ காப்பாற்று' என்று சொல்லி இருவரும் கீழே வந்து தயாராக காத்துக் கொண்டிருக்கிறார்கள். அவனோ கீழே விழும்போது அப்பா என்றோ அம்மா என்றோ கூறாமல் 'அய்யய்யோ' என்று அலறியபடியே விழுந்தான். பார்வதி பரமசிவனையும் பரமசிவன் பார்வதியையும் பரிதாபமாகப் பார்த்துக்கொண்டார்கள். விழுபவன் சாகும்போது அம்மா அப்பாவைக்கூட நினைக்காமல் அல்லவா விழுந்தான். நினைத்தால் தானே சொல்வதற்கு. விதி முடிந்தது' என்று கதையை முடிப்பார்.

இந்தக் கதை கிட்டத்தட்ட இருபது முப்பது வருடங்களுக்கு முன்னால் வேந்தர் அவர்களால் சொல்லப்பட்டது. இன்றும் பல்வேறு மேடைகளில் இதைப் பயன்படுத்துவதை நாம் பார்க்கிறோம்.

தற்பெருமை பேசுபவர்கள், ஆடம்பரப் பிரியர்கள் ஆகியோர் பற்றியும் ஒரு கதை சொல்வார்.

'தீபாவளி, பொங்கல் இப்படி திருநாள்கள் வந்துவிட்டாலே போதும், பொம்பிளைகளுக்கு வேற பேச்சே வேண்டாம். கீழ வீட்டுக்காரி பட்டுச்சேல எடுத்திருப்பா. அவளுக்கு விடிய விடிய ஒறக்கமே வராது. விடிஞ்ச ஒடனேயே வீடு வீடா போவா.' 'எக்கா இது நல்லாருக்கானு பாரு, ஒங்க மாமாதான் இத செலக்ட் பண்ணினாரு' அப்பிடிம்பா. அடுத்த வீட்டுக்குப் போவா, 'மதினி... போன தீபாவளிக்கு நம்ம ரெண்டுபேரும் பாத்தோம்ல, அதே கலரு. ஒங்க அண்ணனும் இதுதான் நல்லா இருக்குன்னு சொல்லிட்டாரு. பாருங்க மதினி'ம்பா. இவ அங்கிட்டுப் போனா ஒடன அவ சொல்வா 'பெரிய்ய பட்டுச் சேல எடுத்திருக்காளாம், பெருமையா வீடுவீடா காட்டிட்டு வாரா, நானும்தான் ரெட்ட வடம் சங்கிலி கேட்ருக்கன், எடுத்துத் தாரம்னு சொல்லியிருக்காக, அதுக்காக வீடுவீடாப் போயி நான் சங்கிலி எடுக்கப்போறேன், சங்கிலி எடுக்கப் போறம்னு சொல்லிட்டா இருக்கன்' அப்பிடிம்பா.

'ஆம்பளைக சில பேரு கழுத்துல சங்கிலி போட்டிருப்பான். அது வெளியில தெரியணும்ங்கிறதுக்காகவே ரெண்டு பட்டன மாட்டாம சட்டையைத் தொறந்து போட்ருப்பான். இன்னும் சில பேரு விரல்ல மோதிரம் போட்ருப்பான், மோதிரம் தெரியணும்ங்கிறதுக் காகவே கைய ஆட்டிஆட்டி வெரல நீட்டிநீட்டிப் பேசுவான். இப்படித்தான் ஒரு ஆளு. கிராமத்துல ஒரு அரைப்பவுன் மோதிரத்த கீழ கெடந்து கண்டெடுத்தான்.'

வேந்தர் இப்படி ஆரம்பித்த உடனேயே குடம் கேட்கும், 'ஒங்க மோதிரத்த மொதல்ல சரிபாத்துக்கோரும்.'

வேந்தர், 'என்னோட மோதிரம் எல்லாம் சரியா இருக்கு, ஓம்ம வெரல்ல மோதிரத்த எங்கய்யா காணும்?'

குடம், 'அய்யய்யோ அப்ப அவரு கண்டெடுத்தது என்னோட மோதிரம்.'

வேந்தர், 'கண்டெடுத்தவன் ஒடனே வெரல்ல போட்டுப் பார்த்தான்.

அளவு சரியா, கச்சிதமா, அவனுக்குச் செஞ்சது மாதிரியே அம்சமா இருக்கு. அவனுக்குச் சந்தோஷம் தாங்கல, அத மாட்டிக்கிட்டு எதிர வார ஆளு, போற ஆளு எல்லார் கிட்டயும் கைய ஆட்டி ஆட்டி வலியவலியப் பேசுறான். ஒருத்தன்கூட மோதிரத்தப்பத்தி அவன்கிட்ட கேக்கல. ரெண்டு நாளா இவனுக்கு வருத்தமான வருத்தம். மூணாவது நாள் ராத்திரி நடுச்சாமம் ஊர் தீப்பிடிச்சு எரியுது. ஊரோட ஓடிஓடி தண்ணி சொமந்து வந்து ஊத்தி தீய அணைக்காங்க. இவனோ தண்ணி சொமந்துட்டு ஓடியாற ஆம்பிள பொம்பிள எல்லார்கிட்டயும் கைய கையக் காட்டி, 'ஏய், தண்ணிய அதுல ஊத்து, ஏய் பொம்பள அந்தக் கொடத்த இங்க ஊத்துனு' அப்படினு வெர்ல வெரல ஆட்டுறான். தீ மளமளனு எரியுது. அந்த வெளிச்சத்துல மோதிரம் மினுங்குது.

ஓராளு தண்ணிக் கொடத்தோட வேகமாக ஓடியாந்தான். இவன் கையத் தூக்கவும் தீ வெளிச்சத்துல மோதிரம் தகதகனு மினுங்கிறதப் பாத்துட்டு, ஆச்சரியமாகக் கேட்டாரு 'மாப்ள மோதிரம் எப்பச் செஞ்சீரு மாப்ள'ன்னாரு.

'மாமா, ரெண்டு நாளைக்கு முன்னாடி கேட்டிருந்தா, இப்பிடித் தீய வச்சிருப்பனா மாமா' அப்பிடின்னான்.

கதையைச் சொல்லி முடித்த உடனேயே, 'ஆனா நம்ம கோவலனும் கண்ணகியும் அப்படியல்ல' என்று தொடர்வார்.

# 33

## டி.எஸ்.பி. கேட்ட தேவாரம்

சங்க இலக்கியங்களில் புலமை மிக்கவரான வேந்தர் பிச்சைக்குட்டி அவர்கள் எந்தக் கதை படித்தாலும் நிகழ்காலத்திற்கு ஏற்ற பல உபகதைகளைச் சொல்லி மக்களைச் சிரிக்க வைத்து சிந்திக்க வைப்பதில் மகா கெட்டிக்காரர். மதுரை அரசமரத்தடிப் பிள்ளையார் கோவில் திருவிழா நிகழ்ச்சி. மாணிக்கவாசகர் கதை. குதிரைகள் வாங்கப் போன அமைச்சர் மாணிக்கவாசகரை வர்ணிக்கிறார்.

'இப்போதெல்லாம் சர்க்கார் உத்தியோகத்திற்குப் போக வேண்டுமானால் படிப்பறிவு கட்டாயம் வேண்டும். கோர்ட்டுனா பிஏபிஎல் வேணும். கலெக்ட்டருனா கட்டாயம் ஐஏஎஸ் வேணும். ஒரு கிளார்க் என்றால்கூட எஸ்எஸ்எல்சி, சர்வீஸ் கமிஷன் வேணும். சரி அதெல்லாம் வேணாம். ஒரு பியூன் வேலைக்குக்கூட எட்டாவது வரையாவது கட்டாயம் படிப்பு வேணும். ஆனால் ஒரே ஒரு உத்தியோகத்திற்கு மட்டும் எந்தக் கல்வித் தகுதியும் வேண்டியதில்லை.'

உடனே குடமடிப்பவன் கேட்பார் 'அது என்ன பதவி?'

'அதுவா, அதுதான் மந்திரி பதவி.' உடனே கூட்டத்தில் சிரிப்பு.

மேடைக்கு முன்னால் ஒரு டிஎஸ்பி உட்கார்ந்து சிரித்துக் கொண்டே நன்றாக ரசித்துக்கொண்டிருந்தார். வேந்தரும் சுவாரஸ்ய மாகக் கதை சொல்லிக் கொண்டிருந்தார்.

'ஆனால் நமது அரிமர்த்தன பாண்டியனின் அமைச்சர் மாணிக்க வாசகர் அப்படிப்பட்ட மந்திரியில்லை. சகல சாஸ்திரங்களையும்

கற்றுத் தேர்ந்த பெரிய அறிவாளி. அவர் குதிரைகள் வாங்குவதற்காகப் பொன்னுடன் நாகைக்கு வரும் வழியில் திருவிடைமருதூரில் தங்கியிருக்கிறார். குருந்த மரத்தடியில் ஒரு சிவ முனிவர் (சிவபெருமானே) பாடலுடன் சைவப் பிரசங்கம் செய்கிறார்.

நமச்சிவாய வாழ்க! நாதன் தாள் வாழ்க! இமைப்பொழுதும் என் நெஞ்சில் நீங்காதான் தாள் வாழ்க, கோகழி ஆண்ட குருமணிதன் தாள் வாழ்க, ஆகமம் ஆகிநின்று அண்ணிப்பான் தாள் வாழ்க, ஏகன் அநேகன்' என்று ராகத்தோடு பாடி நிறுத்தினார் வேந்தர். நிறுத்திவிட்டு 'இதைக்கேட்ட மாணிக்க வாசகர் அவரையும் அறியாது அந்தக் குருந்த மரத்தடியை நோக்கி நடந்தார்' என்றார்.

உடனே முன்னால் உட்கார்ந்திருந்த டி.எஸ்.பி. எழுந்தார். 'தயவு செய்து நமச்சிவாயம் வாழ்க என்பதை முழுவதையும் பாடுங்கள்' என்றார். வேந்தருக்கோ அந்தப் பாடல் முழுமையும் மனப்பாடம் இல்லை. என்றாலும் அய்யனாவிடம் மெதுவாக 'யோவ், உமக்காவது தெரியுமா?' என்றார்.

அய்யனாவோ 'தெரியாது சார்' என்றார். உடனே வேந்தர் கதைக்குத் தாவினார். 'தேவாரத் திருவாசகத்தில் உருகாதவர் எவரும் இல்லை. ஆனால் நான் கதையையும் சொல்ல வேண்டும். பாடிக் கொண்டே இருந்தால் கதையின் நேரம் சுருங்கிவிடும்' என்று சொல்லிவிட்டு விட்ட இடத்தில் கதையைத் தொடங்க பாடலுடன் வில்லின் மணியைத் தட்டினார். பக்க வாத்தியங்கள் சுறுசுறுப் படைந்தன.

டிஎஸ்பி மீண்டும் எழுந்து மேடைக்கு முன்னால் நின்றார். 'அந்தப் பதிகத்தை மட்டுமாவது படித்து விடுங்கள்' என்றார். வேந்தர் ஒரு வினாடி திகைத்தார். பின்னர் சமாளித்துக்கொண்டு, 'பாடறேன், பாடறேன், கண்டிப்பா பாடறேன், உங்களுக்காகக் கதை முடிந்தவுடன் கடைசியாகப் பாடிவிடுகிறேன்' என்று சொல்லிவிட்டு ஒரு வினாடிகூடத் தாமதிக்காமல் கதைக்குப் போய்விட்டார். டிஎஸ்பியும் வேறு வழியின்றி உட்கார்ந்துவிட்டார். கதை அது பாட்டுக்கு விறுவிறுவென்று பாட்டும் தாளமுமாகப் போய் முடிந்து உடனே மங்களமும் பாடி விட்டார். டி.எஸ்.பி. எழுந்து நின்றார்.

'அடடா, ஞாபகம் இல்லையே, மங்களம் பாடி விட்டேனே, இனி பாட இயலாதே' என்று டிஎஸ்பியிடம் மன்னிப்புக் கேட்பதுபோல் பவ்யமாகச் சொல்லிக் கொண்டிருக்கையிலேயே பக்க வாத்தியங்கள் மேடையை விட்டு ஒவ்வொன்றாக இறக்கப்பட்டுவிட்டன.

இரவு ஊர் திரும்பும் போது மணி மூன்று. முதல் வேலையாகத் தேவாரத் திரட்டைத் தேடி எடுத்துத் தன்னுடைய நோட்டில் 'நமச்சிவாய வாழ்க' என்ற பாடலை முழுவதும் எழுதிக் குறித்துக் கொண்ட பின்புதான் வீட்டிற்குப் போனார். நாளை வேறு எங்கும் இப்படி ஒரு இக்கட்டு வரக்கூடாதல்லவா? ஆனைக்கும் அடி சறுக்கும், கற்றது கை மண் அளவு, கல்லாதது உலகளவு என்பதுபோல் ஒருவர் எல்லாவற்றையும் கற்றுத் தேர்ந்துவிட முடியுமா!

## 34

## வில்லும் நாதஸ்வரமும்

நாதஸ்வரக் கலைஞர் காருக்குறிச்சி அருணாசலம் அவர்களும் வில்லிசை வேந்தர் பிச்சைக்குட்டி அவர்களும் சம காலத்தவர்கள். ஒரே வயதுடையவர்களும்கூட. இருவரும் தம்தம் துறைகளில் புகழ்பெற்றவர்கள். இருவருக்கும் பிறந்த ஊர் வெவ்வேறு என்றாலும் வாழ்ந்து, புகழ்பெற்ற ஊர் கோவில்பட்டி. ஒருமையில் அழைத்துப் பேசும் அளவுக்கு மிகவும் நெருங்கிய நண்பர்கள்.

ஒருமுறை வேந்தர் ஒரு மேடையிலே பேசிக்கொண்டு இருக்கையில் காருக்குறிச்சியாரைப் பற்றிக் குறிப்பிடும் போது, காருக்குறிச்சியின் திறமை, புகழ் எல்லாவற்றையும் புகழ்ந்துவிட்டு 'இத்தனை புகழும் பேரும் எப்படி வந்தது? தன்னுடைய குரு ராஜரத்தினம் பிள்ளையிடம் சிஷ்யனாக இருந்து அவருக்குக் கீழ்ப்படிந்து, அவர் சொன்னவற்றைத் தட்டாமல் சிரமேற்கொண்டு செய்து, அவருடைய கோவணத்துணியைக்கூட அலசிப்போட்டு, அந்த வித்தைகளையும் இசை நுணுக்கங்களையும் கற்றுக் கொண்டார்' என்று சொன்னார் வேந்தர்.

இந்த விஷயம் காருக்குறிச்சியாரின் காதுக்கு எட்டி, மிகவும் கோபமடைந்து, பிச்சைக்குட்டி என்னை அவமானப்படுத்திவிட்டான். அவனைக் கண்டால் சுடாமல் விடமாட்டேன் என்று காருக்குறிச்சியார் சொல்ல, இவர் சொன்ன விஷயம், கோபத்துடன் இருக்கிற விஷயம் எல்லாம் வேந்தரின் காதுக்கு எட்டியதாம். உடனே காரை எடுத்துக் கொண்டு காருக்குறிச்சியாரின் வீட்டிற்குப் போனாராம். இவரைப் பார்த்தவுடன் கோபத்தில் எழுந்த காருக்குறிச்சியாரிடம், 'என்னைய சுடப் போறதா கேள்விப்பட்டன். அதுதான் வந்தன். கொஞ்ச நேரம் பொறு, பெறகு சுடு' என்று சொல்லிவிட்டு,

‘உண்மையிலேயே உன்னோட மனசாட்சிய தொட்டுச் சொல்லு. ராஜரத்தினம் பிள்ளையோட கோவணத் துணிய அலசிப்போட நம்மல்லாம் பாக்கியம் செஞ்சிருக்கணும். ஏம்னா அந்த வேலைக்கு நான், நீனு ஆயிரம்பேர் அவர் வீட்டு வாசல்ல காத்துக் கெடக்கான். அத்தனை பேரையும் வேண்டாம்னு சொல்லி விட்டு அந்தப் பாக்கியத்த ஒனக்கு குடுத்தாரு. இதுதான் உண்மை.

தஞ்சாவூருக்காரனுக்குத்தான் சங்கீதம் வரும். கரிசக்காட்டுக் காரனுக்கு சங்கீதமே வராதுனு சொன்ன அந்தக் காலத்திலேயே ஒன்னய சிஷ்யனா ஏத்துகிட்டு கரிசக்காட்டுக்காரனுக்கும் சங்கீதம் வரும்னு நிரூபிச்சுக் காட்னாரு பாரு. அதுக்காக என்னைய சுடு’ என்றாராம். வேந்தர் பேசப்பேச காருக்குறிச்சியாரின் கண்களில் கண்ணீர் வழிந்தோட ஓடிவந்து வேந்தரைக் கட்டிப் பிடித்துக் கொண்டாராம்.

35

## கலப்படமும் கச்சேரியும்

கலப்படம் பண்ணுகிறவர்களுக்கும் ஒரு கதையைச் சொல்வார்.

'சில பேரு நெறய்யா லாபம் சம்பாதிக்கணும்ங்கிறதுக்காக நம்ம சாப்பிடுகிற உணவுப் பண்டங்களிலே எதையெதையோ கலந்து கலப்படம் பண்ணிக் கொள்ளைலாபம் சம்பாதிக்கான்.'

குடம்: எப்பிடி?

வேந்தர்: 'அரிசியில் கல்லக் கலக்கான், தேன்ல கருப்பட்டிப்பால், ரவையில இரும்புத்தூள், மிளகுல பப்பாளி விதை. கடுகுல குறுக்குமுத்துச் செடி விதை, இப்படி நெறய்யா இருக்கு.'

குடம்: 'நீரு சொல்லித்தான் தெரியுது, எங்களுக்கு என்ன தெரியிது.'

வேந்தர்: 'வெளியில தெரியாது. ஆனா இந்தக் கலப்படப் பொருட்கள சாப்பிடுறதுனால மக்களுக்கு நெறய்யா நோய் நொடி வருது. சமயத்துல உயிருக்கே கூட ஆபத்து வருது.'

குடம்: 'அப்படின்னா இப்பிடி ஆள்கள சும்மாவிடக் கூடாது.'

வேந்தர்: 'மூணே மூணுமாசம்தான். ஜம்னு ராசா மாதிரி வெளியே வந்து, பழைய படியும் ஆரம்பிச்சிருவான்.'

குடம்: 'அப்ப மாறுகால், மாறுகை வாங்கியிறணும்.'

வேந்தர்: 'மகாராஜா மாதிரி வீட்ல ஒக்காந்துக்கிட்டே அந்த வேலையைச் செய்வான்.'

குடம்: 'புடிச்சு தூக்குல போட்றணும்.'

வேந்தர்: 'அவன் செத்தா அவனோட மகன் அதே வேலையச் செய்ய வாரிசா வந்திருவான்.'

குடம்: 'அப்ப, என்னய்யா செய்யச் சொல்றீரு.'

வேந்தர்: 'ஒருத்தன அனாவசியமா கொல்லப்படாது, அது பாவம், செய்யிறது தப்புனு உணர வைக்கணும், திருந்துறதுக்கு ஒரு சான்ஸ் கொடுக்கணும் அப்பத்தான் திருந்துவான்.'

குடம்: 'எப்படி உணர வைக்கிறது?'

வேந்தர்: 'கலப்படம் பண்றவங்க அத்தன பேர்த்தையும் புடிச்சிட்டு வந்து மொத்தமா—பஸ்ல (எந்த ஊரில் கச்சேரி நடக்கிறதோ அந்த ஊரில் ஓடுகின்ற மிக மோசமான பஸ் கம்பெனியின் பெயரைச் சொல்வார்) ஏத்தனும். அந்தப் பஸ்ல எல்லாத்தையும் மொத்தமா ஏத்தி அந்த ஊருக்கு (கச்சேரி நடக்கிற ஊரிலிருந்து மிகவும் மோசமான ரோடு உள்ள ஒரு ஊரைச் சொல்லி) டிக்கெட் எடுத்துக் கொடுத்து பஸ்ஸ வேகமா ஓட்டச் சொல்லணும். அந்த ஊர்ல போயி எறங்கும் முன்னே இவங்க படுற பாடு இருக்கே, இனிமே ஏழு ஜென்மத்துக்கும் கலப்படம் பண்ண மாட்டோம்னு சத்தியம் பண்ணிட்டுதான் பஸ்ஸவிட்டுக் கீழே எறங்குவான். அப்பேர்ப்பட்ட சித்ரவதைய அவன் வாழ்நாள்ல அனுபவிச்சிருக்கவே மாட்டான்.'

வேந்தர் சொல்லி முடிக்கவும் குறிப்பிட்ட அந்தப் பஸ்ஸில் பிரயாணம் செய்தவர்கள், குறிப்பிட்ட அந்த ஊரைச் சேர்ந்தவர்கள், குறிப்பாக அந்தச் சித்ரவதையை அனுபவித்த மக்கள் கைதட்டி ஆரவாரம் செய்வார்கள். ஏனெனில் இப்போதும்கூட சில பஸ்களும் சில ரோடுகளும் இருக்கிற லட்சணம் நாமறிந்ததே.

இந்தக் கதையை வேந்தர் அவர்கள் ஊர் ஊருக்குச் சொல்லி வந்தார். இதனால் சங்கடப்பட்ட சில அரசு அதிகாரிகள், அரசியல் வாதிகள் தங்கள் ஆள்களை அனுப்பி இந்த ரோடு விஷயத்தைச் சொல்ல வேண்டாம் என்று வேண்டிக்கொண்டதுண்டு. மேலும் குறிப்பிட்ட ஒரு பஸ் முதலாளியால் வேந்தர் அவர்கள் பலமாகத் தாக்கப்பட்ட சம்பவமும் நடந்தது. ஆனாலும் வேந்தர் அவர்கள் தொடர்ந்து இந்தக் கதையைச் சொல்லி வந்தார்.

# 36

## கதைக்குக் கதை

வேந்தரும் குடமடிப்பவரும் உரைநடை வடிவில் வசனமாகப் பேசி கதைகளைச் சொல்லும் போது அப்படியே ஒரு நாடகக் காட்சி நம் கண்முன் விரியும். கர்ணனின் கொடையையும் தான தர்மங் களையும் சிலாகித்துப் பாடிக்கொண்டே வருவார். சட்டென்று கதையை நிறுத்திவிட்டு, 'இப்பவும் பணக்காரங்க இருக்காங்க, வண்டி வண்டியா சொத்து, கெட்டுக் கெட்டா பணம், கிலோ கணக்குல நகைகள். எல்லாம் வச்சிருக்காங்க, வச்சிருந்து என்ன பிரயோஜனம், அவனும் அனுபவிக்க மாட்டான், அடுத்தவனுக்கு மனசார ஒரு சல்லிக்காசும் கொடுக்கமாட்டான். பேய் புதயலைக் காத்தது மாதிரி காத்துக்கிட்டுக் கடேசில போய்ச் சேர்வான். அப்படி இருக்கக்கூடாது' என்பார்.

குடம்: 'பெறகு எப்பிடிய்யா இருக்கணும்.'

வேந்தர்: 'நம்மளால இயன்ற உதவிய, யாரு வந்து கேட்டாலும் செய்யணும். தர்மம் தலைகாக்கும்னு சும்மாவா சொல்லி வச்சிருக்கான், தான தர்மம் செய்யனுமய்யா.'

குடம்: 'சொத்து என் சொத்து, தர்மம் செய்யிறதும் செய்யாததும் என் இஷ்டம். அதச் சொல்ல நீ யாருய்யா.'

வேந்தர்: 'அப்படியா? சொத்து ஒம்ம சொத்தா, வச்சுக் கோரும். ஒங்கள மாதிரி ஆளுகளுக்கு என்ன பேர்னு தெரியுமா ஒமக்கு.'

குடம்: 'அவுகஅவுக அம்மா அப்பா வச்ச பேரு'

வேந்தர்: 'அதுதான் கெடையாது. கஞ்சப்பய, லோபி, எச்சிக் கையால காக்கா வெரட்டாத பாவிப்பய, ஈவு இரக்கமில்லாதவன், கல்மனசுக் காரன் இப்படி நெறய்யப் பேரு.'

குடம்: 'எத்தன பேர்னாலும் வச்சுக்கோங்க. ஆனா யாருக்கும் சல்லிக்காசு தர மாட்டன், சொத்து என் சொத்து.'

வேந்தர்: 'தர வேண்டாமய்யா, தாராளமா ஒம்ம சொத்த நீரே கெட்டி ஆளும், வச்சுக்கோரும், ஆனா ஒங்கள மாதிரி ஆள்கள என்ன செய்யணும் தெரியுமா?'

குடம்: 'என்னய்யா செய்யப் போறீக, சொத்து என் சொத்து.'

வேந்தர்: 'உம்ம மாதிரியே நாலஞ்சு கஞ்சப்பயலே கூட்டிட்டு வந்து பச்சத் தண்ணிகூடக் கொடுக்காம, ரெண்டு நாளைக்கிப் பட்டினி போடணும். மூணாவது நாளு அந்த அஞ்சு பேரையும் இப்பிடி வட்டமா உட்கார வைக்கணும். ஒவ்வொருத்தனோட இடது கையையும், இப்பிடிப் பின்பக்கமா இடுப்போட சேர்த்து வச்சுக் கட்டியிறணும், வலது கையில நீள அகப்பையச் சேர்த்து வச்சுக் கெட்டிறணும். கட்டிட்டு இப்ப என்ன செய்யனும். ஒவ்வொருத்தன் முன்னாடியும் பெரிய இலையைப் போட்டு, நல்ல நாட்டுக் கோழிக்கறியோட சோத்தையும் போட்டு சாப்பிடுங்கப்பானு சொல்லிட்டு நம்ம சுத்தி நின்னு வேடிக்க பாக்கணும். ஏற்கனவே ரெண்டு நாள் பட்டினி. நாட்டுக்கோழிக்கறி மணம் மூக்கத் தொளைக்கும். இடதுகையக் கட்டிப் போட்டாச்சு. வலதுகையில நீள அகப்பையக் கட்டி வச்சிருக்கு. அப்படியே எச்சில் ஊறுது, பசி வயிற்றைக் கிள்ளுது. அஞ்சு பேரும் ஒருத்தன் மூஞ்சிய ஒருத்தன் பார்த்துக்கிட்டு உட்கார்ந்துக் கிட்டு முழிக்கான். அப்பத்தான் ஒருத்தனுக்குப் புத்தி வந்தது. அப்பிடியே அகப்பைய நீட்டி எதிரே உள்ளவன் சோத்த அகப்பையால அள்ளி எதிர உள்ளவனுக்கே ஊட்டிவிட்டான். ஒடனே அவன் இவன் சோத்த அள்ளி, இவனுக்கு ஊட்டிவிட்டான். அப்பிடியே அவன் இவனுக்கு ஊட்ட, இவன் அவனுக்கு ஊட்ட மாத்திமாத்தி ஊட்டிவிட்டு வயிறு நெறய்யா சாப்பிட்டு முடிச்சாங்க. அடுத்தவனுக்கு ஊட்டி விட்டா, நமக்கும் சோறு கெடைக்கும்னு தெரிஞ்சுக்கிட்டாங்க. சும்மாவா சொல்லி வச்சான் சொலவட, 'ஊர்ப் பிள்ளையை ஊட்டி வளர்த்தா தன் பிள்ள தானா வளரும்னு' என்று சொல்லி முடித்த உடனேயே, 'ஆனா நம்ம கர்ணன் மகராஜா அப்படி ஆள் கிடையாது. கொடைவள்ளல்' என்று கதையைத் தொடர்ந்துவிடுவார்.

ஃஃ

படித்துவிட்டீர்களா?
சோ. தர்மனின்
முதல் நாவல்
❧

**தூர்வை**

பக்கம்: 256, விலை: ₹ 280
ISBN: 978 81 7720 268 7
❧

படித்துவிட்டீர்களா?
சோ. தர்மனின்
இரண்டாவது நாவல்

கூகை

பக்கம்: *336*, விலை: ₹ 350
ISBN: 978 81 7720 269 4

படித்துவிட்டீர்களா?
**சோ. தர்மனின் சிறுகதைகள்**
∽

## அன்பின் சிப்பி
தேர்ந்தெடுக்கப்பட்ட சிறுகதைகள்
*பக்கம்: 160, விலை: ₹ 160*
ISBN: 978 81 7720 302 92
∽

## நீர்ப்பழி
சிறுகதைகளின் முழுத் தொகுப்பு
*பக்கம்: 600, விலை: ₹ 500*
ISBN: 978 81 7720 311 0
∽

படித்துவிட்டீர்களா?

**சோ. தர்மனின் நாவல்கள்**

## பதிமூனாவது மையவாடி

நான்காவது நாவல்

பக்கம்: *368*, விலை: ₹ 320

ISBN: 978 81 7720 310 3

## வெளவால் தேசம்

ஐந்தாவது நாவல்

பக்கம்: *304*, விலை: ₹ 320

ISBN: 978 81 7720 337 0

படித்துவிட்டீர்களா?
ஐந்து விருதுகளை வென்ற
சோ. தர்மனின் நாவல்

சூல்
சாகித்ய அகாடமி விருது பெற்ற நாவல்
பக்கம்: 512, விலை: ₹ 450
ISBN: 978 81 7720 264 9